పరమార్థం

AUTHOR
SAIRAM NANDURI

COORDINATING AUTHOR
MANTRI PRAGADA MARKANDEYULU

Author:
Sri Sairam Nanduri
Hyderabad – Telangana State - India
****

Coordinating Author:
Mantri Pragada Markandeyulu,
Plot No. 37, Anupuram,
ECIL Post, Hyderabad-500062
Telangana State-India
+91-9951038802
Email: mrkndyl@gmail.com

పరమార్థం

<u>Index:</u>

8) పంచ దేవ్ పహాడ్ లోదర్బార్ ప్రతిష్ఠ
సంపూర్ణ శ్రీ పాద శ్రీ వల్లభ
చరితామృతం హిందీ పుస్తక
ఆవిష్కరణ

9) శ్రీ గోవింద దీక్షితులు గారు చెప్పిన పథకాలు
10) శ్రీ మల్లాది గోవింద దీక్షితులుగారు చెప్పిన కథ

11) శ్రీపాద శ్రీ వల్లభులు స్వామి సమర్థ
సాక్ష్యం ఇచ్చుట

12) బ్రహ్మశ్రీ స్వర్గీయ మల్లాది గోవింద
దీక్షితులుగారు చెప్పిన కొన్ని
ఆసక్తికరమయినటువంటి విశేషాలు.

13) బ్రహ్మశ్రీ గోవిందదీక్షితులు గారి ప్రసంగములో
నుండి క్లుప్తముగా కొన్ని విషయాలు

*****

పరమార్థం

ఆధ్యాత్మిక అనుభవాలు - విశేషాలు

<u>గాయత్రి పరివార్ తో నా పరిచయం</u>

<u>సంజీవని విద్య శిబిరం</u>

నేను 2007 లో టాంజానియా నుంచి శాశ్వతంగా భారత దేశానికి తిరిగి రావడం జరిగింది. నాకు చిన్నప్పట్నుంచి ఆధ్యాత్మిక విషయాల పట్ల ఆసక్తి కాస్త ఎక్కువగా ఉండడం వల్ల నేను ఏ ఉద్యోగం లో కూడా చేరకుండా ఆధ్యాత్మిక విషయాల వైపే నా ధ్యాస మళ్ళించు కున్నాను. ఆ సమయం లో నాకు ఈ గాయత్రి పరివార్ తో పరిచయ భాగ్యం కలిగింది. వీరు హరిద్వార్ లో శాంతి కుంజ్ అనే ప్రదేశంలో 10 రోజుల పాటు సంజీవని విద్య అనే కార్యశాలని (workshop) ఆయోజన చేసారు.

అందులో పాల్గొనటానికి నేను హరిద్వార్ వెళ్ళడం జరిగింది. అక్కడ ఈ గాయత్రి మంత్ర జపము, గాయత్రి హెూమము వగైరా వగైరా ఎన్నోఆధ్యాత్మిక కార్యక్రమాలు

జరుగుతూ ఉండేవి అవి నేను మీతో పం చుకో దలుచుకున్నాను.

శ్రీరామ్ శర్మ ఆచార్య గారు ఈ గాయత్రి ప రివార్ సంస్థ స్థాపించారు. వీరి ఆశ్రమం శాంతికుంజ్ హరిద్వార్ లో ఉన్నది. శ్రీ రా మ్ శర్మఆచార్య గారు 24 సంవత్సరాలు, సంవత్సరానికి 24 లక్షల చొప్పున గాయ త్రి మంత్రం మహాపునశ్చరణ చేసినటు వంటి మహా తపస్వి. ఈ శాంతి కుంజ్ లో హెూమానికి కావలసిన సామగ్రి అంతా అం టే మూలికలు వగైరా వగైరాలు హిమాల యాల నుంచి తెస్తారు. అంతే కాకుండా హి మాలయాల నుంచి రక రకాల మూలికలు తెచ్చివాటితో ఆయుర్వేద మందులు ఈ శాంతి కుంజ్ లో తయారు చేస్తారు. బ్రహ్మ ర్షి విశ్వామిత్రుడు తీవ్రమైన తపస్సు చేసి గాయత్రిమాత సాక్షాత్కారం పొందిన ప్రదే శమే ఇది. ఈ తపో భూమిలోనే సప్తర్షులు కూడా తమ తపస్సు ఇక్కడే చేసుకున్నా రు. ఈ ప్రదేశాన్ని ఈ పుణ్య భూమిని కొన మని శ్రీ రాం శర్మఆచార్యగారి గురువుగారైన సర్వేశ్వారానంద స్వామి ఆదేశించారు అ

దే ప్రకారంగా ఆచార్య గారు తన ఆస్తి పా
స్తులన్ని అమ్మి ఈ పుణ్య భూమిని కొన్నా
రు. శ్రీ పాద శ్రీ వల్లభ చరితామృతమ్ లో
సాక్షాత్తు శ్రీ పాదులవారు హిమాలయాల లో
ని శంబల అనే ప్రదేశం లో కలిసి ఆయన
ని ఆశీర్వదించారు. శ్రీ రాం శర్మ ఆచార్య గా
రు పూర్వ జన్మలో సంత్ కబీర్ దాస్, మరో
క జన్మలో శివాజీ గురువుగారైన సమర్ధ రాం
దాస్ గాను,మరొక జన్మలోస్వామి వివేకానం
దగారి గురువైన శ్రీ రామ కృష్ణ పరమ హం
స గాను జన్మించారు.

ఈ శిబిరం లో పాల్గొనడానికి వేల కొద్ది ప్రజ
లు భక్తులు వచ్చారు. అక్కడ నూట అరవై
మంది తెలుగు వాళ్ళు నాకు కలిసారు.

ఈ శిబిరంలో అన్నీ నిర్దిష్టమైన కార్యక్రమా
లు జరుగుతూ ఉంటాయి. అన్నీ వేళ ప్రకా
రంగా జరుగుతూ ఉంటాయి. క్రమశిక్షణ
కూడా అందరూ పాటిస్తుంటారు. అక్కడ
గాయత్రి మాత మందిరం ఉంది. దాని ఎ
దురుగా విశ్వామిత్రుని యొక్క విగ్రహం
ఉంది. సప్తర్షుల విగ్రహాలు కూడా ఉన్నా

యి. అక్కడే ఒక ధ్యాన మందిరం కూడా ఉన్నది. తెల్లవారు ఝామునే అయిదు గంటలకి గంట మ్రోగగానే అందరూ లేచి గబ గబా స్నానాలు చేసి అయిదున్నర కల్లా హారతి కార్యక్రమంలో పాల్గొనడానికి భక్తులందరూ కూడా చక్కగా గాయత్రి మందిరానికి వెళ్ళి అక్కడ ఉన్న పెద్ద ఎత్తైన అరుగు మీద స్త్రీలంతా కూడి అమ్మవారి మీద పాటలు పాడుతుంటుంటే పురుషులంతా నించుని భక్తీ శ్రద్ధలతో నమస్కారాలు చేస్తుండేవాళ్ళు. గాయత్రి పూజ అయిన వెంటనే కొన్ని వేలమంది క్రమశిక్షణతో క్యూలో నిలబడతారు. అక్కడే అందరి చేత గాయత్రి హెూమం చేయిస్తారు. ఆ వచ్చిన వారిలో దంపతులు కనక ఉంటే ప్రక్క ప్రక్కన కూర్చుని గాయత్రి హెూమం చేస్తుంటారు. పూజలు అవి అన్నీ అయినాక అందరికీ తీర్థ ప్రసాదాలు ఇస్తుండే వాళ్ళు.

ఆ తర్వాత అక్కడ ఈ శిబిర ప్రాంతంలో ప్రొద్దున్నే 7.30 కల్లా కాంటీన్ తెరుస్తారు. అక్కడ అన్ని ప్రకారాల ఫలహారాలు దొరుకుతాయి. టీలు, కాఫీలు, పళ్ళ రసాలు ఏవి కా

వాలంటే అవి కొనుక్కోనవచ్చును. కాని అక్కడ అన్ని సాత్విక ఆహారాలే దొరుకుతాయి. ఆ తర్వాత 8 గంటలనుంచి 11 గంటల వరకు జపం గాని ధ్యానం కాని చేసుకొన వచ్చును. అక్కడ గాయత్రి జపం 30 మాలలు తప్పకుండా చేయాలి అనే నియమం ఉన్నది. అది ధ్యాన మందిరంలో కూర్చుని చేయ వచ్చును. లేదా గాయత్రి గుడిలో కూర్చుని చేసు కోన వచ్చును. అక్కడ శ్రీ రాం శర్మ ఆచార్య గారి సమాధి ఉంది అక్కడ కూడా ధ్యానం చేసుకొన వచ్చును. ఒక రోజు మొత్తం లో ఎప్పుడైనా సరే కాని 30 మాలల జపం పూర్తి చేయాలి. ప్రక్కనే గంగా నది కూడా ఉన్నది. అక్కడ కావాలంటే స్నానాలు చేసుకొన వచ్చును అది మన ఇష్టం మీద ఆధార పడి ఉంటుంది. తర్వాత 11 గంటలకే భోజనాలు పెడతారు.

భోజనాలు మటుకు ఉచితంగానే ఇస్తారు. భోజనాలయినాక ఒక గంటో రెండు గంటలో మనం విశ్రాంతి తీసుకోన వచ్చును. లేక పోతే హాయిగా గ్రంథాలయంలో కూర్చు

ని పుస్తకాలతో కాలం గడప వచ్చును. త ర్వాత 2 గంటల నుంచి 4 గంటల దాకా ఆధ్యాత్మిక విషయాలమీద, గాయత్రి మం త్రం మీద ఉపన్యాసాలు, ప్రవచనాలు ఉంటాయి. తర్వాత టీ బ్రేక్. అది అయిపో యినాక ఒక గంట బయట తిరిగేసి రావ చ్చును. సాయంత్రం సంస్కృతిక కార్యక్ర మాలు ఉంటాయి. కొంతమంది యోగ నే ర్పిస్తుంటారు. ఇలా ఎన్నో వివిధ రకాల కా ర్యక్రమాలు ఉంటాయి.

7 గంటల కల్లా రాత్రి భోజనము తర్వాత మళ్ళీ కొంచెం సేపు ధ్యానము చేసుకున్నా క పదింటికి గంట మ్రోగుతుంది అందరూ లైట్లు ఆర్పేసి పడుకుని మరుసటి రోజు కా ర్యక్రమానికి సిద్ధంగా ఉండాలి. ఈ విధంగా ఈ పది రోజులు కూడా ఎలా గడిచి పోయా యో తెలియకుండా మనం ఆధ్యాత్మిక త రంగాలలో మునిగి తేలుతుంటాము.

అక్కడ ప్రక్కనే "**గాయత్రి పరిశోధన సంస్థ**" అనే ఒక పెద్ద విశ్వ విద్యాలయం (యూని వర్సిటీ) స్థాపించారు. ఆ విశ్వ విద్యాల

యంలో ఈ గాయత్రి మంత్రం శక్తి మీద ప రిశోధనలు చేయడం కోసం విదేశాలనుం చి కూడా పరిశోధకులు వస్తుంటారు. అక్క డ గాయత్రి మంత్రం చదువుతున్నప్పుడు మన ఎనర్జీ లెవెల్స్ నిగమనిస్తారు. మనం అనారోగ్యంగా ఉన్నప్పుడు మన ఎనర్జీ లె వెల్ ఎంత ఉంది, ఆ తర్వాత గాయత్రి మంత్రం దీక్ష తీసుకుని గాయత్రి మం త్రం చదివినాక మళ్ళీమన ఎనర్జీ లెవెల్స్ ఎంత ఉన్నాయి అని వారు పరిశోధనలు చేస్తారు. చాలా అద్భుతమైనటువంటి ఫలి తాలను వారు శాస్త్రీయపరంగా పొందు ప రచుతూ ఉంటారు. ఆ యూనివర్సిటీ లో మహిళా సంక్షేమ కార్యక్రమాలు కూడా చా లా ఉన్నాయి. వారు నిత్యం గాయత్రి మం త్రం సాధన చేస్తూ ఉంటారు. గాంధీ మహా త్ముడు చెప్పినటువంటి గ్రామోద్యోగ ల ఘు పరిశ్రమలు, కుటీర పరిశ్రమలు ఎ న్నో ఉన్నాయి. వాటికి తగ్గట్టుగా ఆ మహిళ లకి ఎంతో శిక్షణ ఇస్తుంటారు. ఇలా ఎన్నో కార్యక్రమాలు ఆ యూనివర్సిటీ లో ఏర్పా ట్లు చేసారు. ఇక్కడ ఆయుర్వేద, హోమి యో,ఎలోపతి క్లినిక్ లు ఉన్నాయి. అందు

లో ఉచితంగా వైద్యం చేస్తారు. మందులు కూడా ఉచితంగా ఇస్తారు.

అక్కడే శ్రీ పాద శ్రీ వల్లభుల అంశావతార మైన శ్రీ రాం శర్మ ఆచార్య గారి ఆశ్రమం కూడా ఉన్నది. అలాగే ఇంకా ఎన్నో ఆశ్ర మాలు ఉన్నాయి. ఈ గాయత్రి మంత్ర శక్తి / మహిమ గురించి చెప్పాలంటే ఒక్క వా క్యం లో చెప్పడం సాధ్య పడదు. అతి క ష్టం కూడా. ఆసక్తి ఉన్న వాళ్ళు హరిద్వార కి వెళ్ళ వచ్చును లేదా ఇక్కడ హైదరాబా ద్ లో బాట సింగారం దగ్గర ఉన్న శంబల అనే గ్రామం లో కూడా ఇలాంటి శిబిరాల లో పాల్గొన వచ్చును. నేను కూడా హరిద్వా ర్ లో అటెండ్ చేసినాక శంబలలో కూడా పాల్గొన్నాను. అందులో శ్రీ రాం శర్మ ఆచా ర్య గారి ప్రియ శిష్యుడైన మారెళ్ళ రామకృ ష్ణ గారి భాషణ నన్నెంతో ప్రభావితం చే సింది. ఇది వరకు నేను పుస్తకాలలో చదివి నటువంటి విషయాలన్నీ కూడా, నాకు తె లిసిన విషయాలు, నాకు కలిగిన అనుభ వాలు ఆయన చెప్పటంతో ఒక నిజ నిర్ధార ణకి వచ్చాను. సత్యం ఎవరి నోటి నుంచి

వచ్చినా పదాలు వేరుగా ఉంటాయి కాని భాష మాత్రం ఒక్కటే అని. గాయత్రి మాత మీద సాహిత్యం కూడా చాలా ఉంది. అందులో అన్నీ శాస్త్రీయ పరంగా వివరించబడి ఉన్నాయి. శ్రీ రాం శర్మ ఆచార్య గారి ఆత్మ కథ కూడా దొరుకుతుంది.

******

ఆధ్యాత్మిక అనుభవాలు – విశేషాలు

మొక్కలక,వృక్షాలకి కూడా భావాలు, అనుభూతులు ఉంటాయా?

నేను కిర్లిన్స్ కెమెరా గురించి చదవడం, దాన్ని చూడడమూ వీటి గురించి నేను మీకు వివరంగా చెప్పాను. నేను 1977వ సంవత్సరంలో ఒక సారి మద్రాస్ కు ఇంటర్వ్యూ నిమిత్తం వెళ్ళటం జరిగింది. నాకు సదా పుస్తకాలు చదివే అలవాటు ఉంది. సైకాలజీ,పర సైకాలజీ, ఆధ్యాత్మిక , పౌరాణిక పుస్తకాలు చదువుతూ ఉంటాను. నేను ఏ ఊరికి వెళ్ళినా తప్పనిసరిగా పుస్తకాల

దుకాణానికి వెళ్ళుతూ ఉంటాను. అయితే
నాకు మద్రాస్ పుస్తక
దుకాణంలో Extra sensory
perception అనే ఒక అద్భుతమైన పుస్త
కం కనిపించింది. నేను వెంటనే ఆ పుస్త
కం కొన్నాను. అందులో నేను చదివిన ఒక
అద్భుతమైన విషయం మీతో చెప్పాలని
అనుకుంటున్నాను.

ఇది ప్రత్యేకంగా కొంత మంది శాస్త్రజ్ఞులు
మొక్కల మీదా, వృక్షాల మీదా వాటికి అను
భూతులు, భావాలు ఉంటాయా అనే విష
యం మీద పరిశోధనలు చేసారు. దానికి
సంబంధించినట్టి ఒక సంఘటన ఇందు
లో చాలా చక్కగా వివరించబడింది. ఈ ప్ర
యోగంలో ఆ శాస్త్రజ్ఞులు నాలుగైదు మొక్క
లని మామూలుగా ఒక గదిలో పెట్టారు. దా
నికి పాలీగ్రాఫ్ (Polygraph)
అనే పరికరాన్ని అమర్చారు. దీన్ని లై డి
టెక్టర్ (Lie Detector)
అని కూడా అంటారు. ఈ పాలీగ్రాఫ్ (Polyg
raph) అనబడే పరికరం ఎటువంటి స్పం
దనలైనా మనకి చూపిస్తుంది. ఈ పరిశోధ

నలో వాళ్ళు ఏం చేసారంటే మామూలుగా నలుగురు అయిదుగురు వ్యక్తులు ఆ గది లోకి వచ్చారు. ప్రత్యేకంగా ఆ పరికరంలో ఇంకా ఏమైనా అమర్చారేమో తెలియదు కాని ఈ అయిదుగురు వ్యక్తులు గదిలోకి వచ్చినప్పుడు ఆ పరికరంలో ఏ స్పందనలు కనిపించ లేదు. ఆరవ వ్యక్తి ఆ గది లోపల ప్రవేశించాడు. ఆ మొక్కకి హాని చేసే ఉద్దేశ్యంతోనే వచ్చాడు. నీకు నేను హాని చేయ దలచుకున్నాను. నీ ఆకులు కత్తిరించ దలుచుకున్నాను అనే భావం పైకి వ్యక్త పరచగానే వెంటనే ఆ మొక్కలో భయ పడుతున్నట్టుగా కలిగిన స్పందనలు అన్నీ చాలా స్పష్టంగా వాళ్ళు చూసారు. ప్రశాంతంగా ఉన్నటువంటి ఆ మొక్క గడ గడా వణికి పోతున్నట్టుగా ఆ స్పందనలు వారికి కనిపించాయి. అది చాలా భయపడి పోతున్నట్టుగా ఉంది. అయితే ఆ ఆరవ వ్యక్తి ఆ మొక్కకి దగ్గరగా వెళ్లి ఒక కత్తెరని పట్టుకుని దాని ఆకులని కత్తిరించాడు. అప్పుడు ఆ మొక్క అంతా గడ గడ లాడి పోయింది. ఆ స్పందనల్ని ఆ శాస్త్రజ్ఞులంతా చూసరు

.

ఆ తర్వాత ఆ మొక్కలో విపరీత స్పందన
లు రావడం, అదీ చూసి వాళ్ళు చాలా ఆ
శ్చర్యపోయారు.

తర్వాత మరొక ప్రయోగంలో ఆ మొక్కని
వేరే మొక్కలతో కలిపి ఒక గదిలో పెట్టారు.
మరల ఆ శాస్త్రజ్ఞులు కొంత మంది ఆ గది
లోకి ప్రవేశించారు. అప్పుడు ఆ మొక్కలో
ఎటువంటి మార్పు (అంటే స్పందనలు)
లేదు. చాలా ప్రశాంతంగా, ఆనందంగా
ఉంది ఎందుకంటే అక్కడ ఉన్న శాస్త్రజ్ఞు
లంతా మంచి భావనతోనే ఉన్నారు. ఆ
మొక్కకి హాని చేయాలనే తలంపు వారెవ్వ
రిలో లేదు. ఇంతలో ఏ వ్యక్తి అయితే ఆ
మొక్కని హాని పరిచాడో ఆ వ్యక్తి మళ్ళీ ఆ గ
దిలోకి రాగానే ఆ ఐదు మొక్కలతో పాటు
చాలా ప్రశాంతంగా, ఆనందంగా ఉన్నటు
వంటి ఆ ఆరవ మొక్క, ఆ వ్యక్తి ఆ గదిలోకి
అడుగు పెడుతుండగానే ఇంకా ఆ వ్యక్తి ఆ
మొక్క దగ్గరకి కూడా రాలేదు, దాన్ని ము
ట్టుకోలేదు అయినా కూడా ఎవరో భయంక
రమైన హంతకుణ్ణి, సర్వ నాశనం చేసే
క్రూరమైన విలన్ ని చూసి భయ పడుతు

న్నట్టుగా ఆ మొక్కలో విపరీతంగా గడ గడా వణికి పోతున్నట్టుగా polygraph లో కనిపించిన ఆ ప్రకంపనలని చూసి ఆ శాస్త్రజ్ఞులంతా ఆశ్చర్య పోయారు. ఆ వ్యక్తి దగ్గరకు రాకుండానే కేవలం ఆ గదిలో ప్రవేశించినంత మాత్రానే మొక్కలో వచ్చిన కదలికలు గమనించి చాలా ఆశ్చర్య పోయారు. అయితే మన మహానుభావులు, ఋషులూ అందరూ కూడా శాస్త్రజ్ఞులే. కాకపోతే వారికి ఎటువంటి పరికరాల అవసరం లేకుండానే, మానసికంగానే పై స్థాయిలోకి వెళ్లి మరి ఈ ప్రకృతిలో లీనమై పోయి , ఆ ప్రకృతి యొక్క భాషని వాళ్ళు చక్కగా అర్థం చేసుకుని పురాణాల్లో ఎన్నో విషయాలు, వేదాల్లో ఎన్నో అద్భుతమైన విషయాలు ఇటువంటి వైజ్ఞానిక విషయాలెన్నో కూడా వారు పొందు పరచడం జరిగింది. కాని ఇప్పుడు శాస్త్రజ్ఞులు ప్రతీ దానికి కూడా మాకు ప్రత్యక్షంగా మీరు అవన్నీ చూపించాలి అని అన్నప్పుడు కష్టం కదా!

మనం ఎప్పుడూ తక్కువ స్థాయిలోనే ఉంటాము అంటే మన భూమిక ఎప్పుడూ చా

లా తక్కువ స్థాయిలో ఉంటుంది కనుక పై స్థాయిలో ఉన్న వాటిని కొలిచే సాధనాలు మన దగ్గర లేవు. పైగా పాశ్చాత్యులకి మన ధార్మిక, ఆధ్యాత్మిక సాహిత్యాల అవగాహన లేనందువలన మన మునులు, మహాను భావులు చెప్పినవన్నీ నమ్మలేదు. వారం దరికీ ఏ విషయమైనా కంటికి కనిపించాలి. దాన్ని ముక్కలు ముక్కలుగా చేయాలి. ఆ ముక్కలని పట్టుకుని పరిశోధించడం, అ వే వాస్తవాలని వాళ్ళు చెప్పుతూ ఉంటారు. కాకపోతే ఇప్పుడు కూడా పాశ్చాత్యుల దగ్గ ర ఉన్న అధునాతన పరికరాలతో ఈ బ యో - ఎనర్జీ గురించి కనుక్కుంటున్నారు. ఇలాంటిదే అంటే ఈ మొక్కల గురించి ఆ సక్తికరమైనటువంటి మరి కొన్ని విషయా లు లేక అనుభవాలు దీని తరువాత వచ్చే ఎపిసోడ్ లో చెప్తాను.

****

మంత్రాలకు చింతకాయలు రాలతాయా?

ఇదివరకు నేను మీతో చెప్పినట్టుగానే డా. భార్గవగారు కిర్లిన్స్ కెమెరాతో (Kirlean's Camera)చేసిన పరిశోధనలన్నింటినీ కూడా స్లైడ్స్ లోకి మార్చి ఒక సారి హైదరాబాద్ లో హిమాయత్ నగర్ లో స్లైడ్స్ ప్రదర్శనలు ఇచ్చారు.నేను ఆ ప్రదర్శన చూడడానికి వెళ్లాను .ఆ సందర్భములో ఆయన జీవితంలో జరిగిన ఒక అద్భుతమైన సంఘటన గురించి మాకు ఆయన చెప్పారు. అదే నేను మీతో పంచుకోదలిచాను.

చిన్నప్పటినుంచి ఈ డాక్టర్ గారికి పరిశోధనలమీద చాలా ఆసక్తి గా ఉండేది. ముఖ్యంగా బయోఎనర్జీ అంటే జీవ శక్తి మీద చాలా పరిశోధనలు చేస్తుండే వారు. ఒకసారి ఆయన విదేశాలకి వెళ్ళినప్పుడు ఒకానొక సందర్భములో ఈ మంత్రాల గురించి, మిగతా ఈ ఆధ్యాత్మిక విషయాల గురించి మాట్లాడుతున్నప్పుడు ఆ సభకి వచ్చిన మన భారత దేశపు రాయబారి అందరి

ముందు చాలా వెక్కిరింపుగా ఏమిటీ మం
త్రాల గురించీ, వీటి గురించీ ఏవో చెప్పు
తున్నారు. అవన్నీ ఎప్పుడో పూర్వకాలపు
మాటలు పూర్వకాలం వాళ్ళవి. వాటికి సరి
అయిన ఆధారాలు కూడా లేవు.అయినా
మీ పిచ్చి గాని మంత్రాలకు చింత కాయ
లు రాలతాయా? అని హేళనగా మాట్లాడా
రు. ఆ మాటలకి మన డాక్టర్ గారు చాలా
బాధ పడ్డారు.

అనుకోకుండా కొన్నాళ్ళకి ఆయన ఈ కిర్లి
న్స్ కెమెరాని సంపాదించడం జరిగింది.
వెంటనే ఆయన దానితో అనేక రకాలుగా
పరిశోధనలు మొదలు పెట్టారు. మొట్టమొ
దటి సారిగా ఆయన ఒక రాయిని ఈ కిర్లి
న్స్ కెమేరాతో ఫోటో తీసారు. అది డెవలప్
చేసినప్పుడు అది మామూలు రాయిలాగా
నే కనిపించింది. అదే రాయిని ఒక చోట
పెట్టి దాని ముందు కూర్చుని ఓంకారాన్ని
నాభిలోంచి వచ్చేటట్టుగా కొన్నిసార్లు గట్టి
గా ఉచ్చరించి, ఫోటో తీసి, డెవలప్ చేసి,
చూసినప్పుడు అద్భుతంగా ఆ రాయి చు
ట్టూ ఒక కాంతి వలయాన్ని ఆయన గమ

నించారు. ఇంకొకసారి ఓంకారాన్ని బయట
కి అనకుండా మనస్సులోనే నిశ్చలముగా
కొన్నిసార్లు అనుకుని ఆ రాయిని మరొకసా
రి ఫోటో తీసి డెవలప్ చేసి చూస్తే అప్పు
డు కూడా అద్భుతంగా ఆ రాయి చుట్టూ
కాంతి వలయం కనిపించింది. ఆయన ఈ
రకంగా ఎన్నోధ్వనులతో పరిశోధన చేసి "
ఓంకారానికి" ఉన్నటువంటి అద్భుతమైన
శక్తి మరి ఏ ధ్వనులలో కూడా లేదని ఆ
యన కనుక్కున్నారు.

ఒక సారి ఆయన పరిచయస్తులు ఎవరో
మద్రాసులో లక్ష్మి యజ్ఞం చేస్తుంటే అది
చూడడానికి వెళ్ళారు. అందరూ చక్కగా భ
క్తి శ్రద్ధలతో ఆ యజ్ఞాన్ని గమనిస్తున్నారు.

ఆసక్తి గల వ్యక్తిత్వం ఉన్నందువల్ల
డా.భార్గవ గారు కూడా తన కెమేరాతో ఫోటో
లు తీయడం మొదలు పెట్టారు అక్కడే ఫో
టోలు తీస్తున్నవీడియో గ్రాఫర్కి మరి ఏమ
నిపించిందో తెలియదు కాని ఈ డాక్టర్ గారి
ని పిలిచి,
"అయ్యా ! నాకు కడుపు నొప్పిగా ఉంది. నే

ను ఫోటోలు తీయలేను" అని చెప్పి వెళ్లి పోయాడు. రెండు, మూడు రోజుల తర్వాత డాక్టర్ గారు అటువైపు వెళ్ళుతుంటే ఆ వీడియోగ్రాఫర్ చూసి స్టూడియో కి రమ్మని పిలిచాడు. సరే అని ఆయన స్టూడియో కి వెళ్ళినప్పుడుఆ వీడియో గ్రాఫర్ వేసుకున్న ఆ శబరిమలై యాత్రకి వేసుకున్న దుస్తులు చూసి ఆశ్చర్య పోయారు. అప్పుడు అతను,"సార్! నేను మీకు ఒక విషయం చెప్పాలి" అని అన్నాడు. నన్ను అక్కడికి ఫోటోలు తీయమని పిలిచారు. నేనోమో జన్మతః క్రైస్తవుణ్ణి. ఇలాంటి యజ్ఞాలలో కాని పూజల్లో కాని నాకు నమ్మకాలు లేవు. అక్కడ జరిగే తతంగాలు నాకుఏ మాత్రమూ ఇష్టమువ్వలేదు. అందుకనే కడుపు నొప్పి వంకతో నేను అక్కణ్ణుంచి వచ్చేసాను. తీసిన కొన్ని ఫోటోలు ప్రింట్ చేసి మీకిద్దామని డెవలప్ చేసాను. అయితే ఆ ఫోటో లన్నిట్లో అద్భుతంగా ఆ హెూమగుండం అగ్నిలో ఆ మహా లక్ష్మి ఆకారం స్పష్టంగా నాకు కనిపించింది. అనుకోకుండా నాకు సాక్షాత్తు లక్ష్మీ దేవి ప్రత్యక్షమయింది అనే భావన నా మనస్సులో కలిగి నాలో మార్పు వచ్చింది.

ఆ యజ్ఞం ఫోటోలు పూర్తిగా తీయకుండా నే మధ్యలోనే వచ్చేసినందుకు నేను చా లా పశ్చాత్తాప పడుతున్నాను. నేను ఇప్పు డు దీక్ష తీసుకుని శబరిమలైకి వెళ్ళుతు న్నాను అని చెప్పాడు. అలాగే మన డాక్టర్ గారు తీసిన ఫోటోలన్నిట్లో కూడా డెవలప్ చేసినప్పుడు ఆ హోమగుండం అగ్ని సా క్షాత్తు లక్ష్మీ దేవి ఆకారంలోనే కనిపించిం ది. ఈ పరిశోధనలన్నీ అంటే ఈ ఫోటోల న్నింటినీ కూడా స్లైడ్స్ లాగా ఆయన మా ర్చేసారు.

ఎక్కడైతే మన భారత దేశపు రాయబారి హేళనగా మాట్లాడాడో అదే దేశానికి ఈయ న మరొక్కసారి వెళ్ళడం తటస్థించింది. అ క్కడ జరిగిన ఆ సభలో ఆయన తయారు చేసిన స్లైడ్స్ సహాయంతో, ఆయన చేసిన పరిశోధనలన్నీ అక్కడికి వచ్చిన వారంద రికీ మంత్రాలతో చింతకాయలు రాలడమే కాదు ఇంకా ఎన్నో అద్భుతమైన విషయా లు జరుగుతాయి దేవీ, దేవతలు కూడా ప్ర త్యక్షమవుతారు అని ఆ రాయబారి ముం దే స్లైడ్స్ ప్రదర్శన ద్వారా ఆయన ఋజు

వు చేసారు. ఆ భారత దేశపు రాయబారి శా స్త్రీయంగా వివరించబడిన ఈ విషయాల న్నీ చూసాక సిగ్గుతో తల దించుకున్నాడు.

మన భారతదేశపు రాయబారి అయి ఉండీ కూడా, మన సంస్కృతిమరిచి పోయి మన మహర్షులు చెప్పిన విషయాలని అపహ సించి విదేశీయుల ముందు అవమానించ డం అంటే అది మన దేశానికే దౌర్భాగ్య ము కదా! అక్కడికి వచ్చిన విదేశీయులు అందరూ కూడా ఈ శాస్త్రీయపరమైన ప్ర యోగాలను చూసి హర్షద్వానాలతో డాక్టర్ గారిని ఎంతో అభినందించారు. ఈ ప్రద ర్శన చూసిన ఆ విదేశీయుల కోరికమీద ఆ దేశములో ఎన్నో చోట్ల ఆయన తన స్లైడ్స్ ప్రదర్శనలు చేసారు. వారందరి అభినం దనలు పొందారు

యజ్ఞాలు చేస్తున్నప్పుడూ,మనం ఏ దేవీ దేవతకి సంబంధించిన మంత్రాలు చదు వుతామో, ఏ దేవీ దేవతకి సంబంధించిన ఉపాసన చేస్తామో, వాటికి సంబంధించిన

దేవుడు ,దేవత ఆ హోమగుండము అగ్ని లోఅదృశ్యంగా ఉంటారు. ప్రత్యక్షంగా దర్శనమిస్తారు.

అక్కడే ఉండి మనం ఇచ్చే ఆహుతిని స్వీకరిస్తారు. అప్పట్లో విజ్ఞాన పరికరాలు లేవు కాబట్టి మన మహర్షులు చెప్పిన విషయాలు నమ్మడం కష్టంగా ఉండేది. కాకపోతే ఇప్పుడు ఈ కిర్లిన్స్ కెమెరా మూలంగా, డాక్టర్ భార్గవ గారి లాంటి ఆసక్తి కల ఆధ్యాత్మిక వజ్ఞానికుల మూలంగా మన ఋషులూ, మహాత్ములు చెప్పిన వన్నీ సత్యాలే అని నేను తెలుసుకున్నాను. మరి ఇప్పుడైతే కిర్లిన్స్ కెమెరాని మించిన అధునాతనమైన కెమెరాలు వచ్చాయి. ఇంకా మనం ఎన్ని అద్భుతాలు వింటామో! చూస్తామో!

****

ఆధ్యాత్మిక పురోగతికి సాధనాలు

నవగ్రహ శాంతి : సాధారణంగా మనము ఏమనుకుంటమంటే ఏ గ్రహానికి సంబంధించిన దోషం వల్ల పీడింప బడుతున్నమో ఆ గ్రహానికి సంబందించిన శాంతి జరిపించుకోవాలని.ఆ గ్రహ సంబంధిత రత్నమో,రాయో ధరించాలని అనుకుంటాము. కానీ అది సరిఅయిన అభిప్రాయము కాదు.అలాదోష భూఇష్టమైన ఆ గ్రహానికి సంబంధించిన శాంతికాండను జరిపించడం వల్లగానీ,తత్సంబందిత రత్నాన్ని ధరించడం వల్ల గానీ దోషమైన ఆ గ్రహానికి మరింత బలం చేకూరి వారి జీవితాల్లో మరిన్ని కష్టాలు,భాదలు సంభవించవచ్చు అని E .K మాస్టర్ గారి సూచన. జాతకచక్ర రీత్యా బలం పొందిన గ్రహానికి మరింత బలన్నిచ్చే విధానాల ద్వారా దోషపూరిత గ్రహం ఇచ్చే చెడు ఫలితాలను పోగొట్టుకోవచ్చు. రవి గ్రహానికి శాంతి

చేయించడం వల్ల చంద్ర గ్రహానికి సంబంధించిన చెడు ఫలితాలు తొలగి పోతాయి.అలాగే గురు గ్రహానికి సంబంధించిన శాంతి చేయించడం వల్ల రవి గ్రహానికి సంబంధించిన పీడ తగ్గుతుంది.శుక్ర గ్రహానికి శాంతి చేయించడం వల్ల గురు గ్రహ దోషాలు తొలగిపోతాయి.అదే విధంగా గురు గ్రహానికి శాంతి చేయించడం వల్ల శుక్ర గ్రహ దోషాలు తొలగిపోతాయి. ఇంకా ఈ గురు గ్రహ శాంతి చేయించడం వల్ల శని దోషాలు కూడా తొలగిపోతాయి. అలాగే రవి గ్రహానికి శాంతి చేసుకుంటే కుజ గ్రహ దోషాలు పోతాయి.అంటే కాకుండా రవి గ్రహ శాంతి వల్ల రాహు కేతువుల యొక్క పీడ కూడా తొలగిపోతుంది.

పై వివరణ క్షుణ్ణంగా పరిశీలిస్తే రవి గ్రహానికి ,గురు గ్రహానికి శాంతి చేయించడం వల్ల దాదాపు అన్ని గ్రహాలు శాంతిస్తాయి. రవి అనగా సూర్యుడు అంటే సవితా శక్తి.సవితా శక్తి యొక్క మరొక రూపమే గాయత్రి.గురువు అనగా ఆది

గురువైన దత్తుడే.ఆ దత్తుని అవతారమైన శ్రీపాద శ్రీ వల్లభుడు "గాయత్రి మంత్రమే నానిర్గుణమైనపాదుకలు" అని తెలిపారు. దిని ద్వారా మనకు తెలిసింది ఏమిటంటే గాయత్రి మంత్రాన్ని అతి శ్రద్ధగా జపించడం వల్ల ఒక అద్భుతమైన రక్షణ కవచం సాధకుని చుట్టూ ఏర్పడుతుంది.దాని వల్ల సాధకుల పై ఎలాంటి దుష్ట గ్రహ ప్రభావము పని చేయదు.ఇందులో అతి ప్రధానంగా మనకు అందజేయబడిన ఓ గొప్ప రహస్యమేమిటంటే గోమాత సమక్షంలో ఆ పరిసరాలలో చేయబడే మంత్ర జపము అత్యంత విశేషఫలితలనందిస్తుందని మనం గుర్తుంచుకోవాలి.

పరమ దయమూర్తి,అపర గాయత్రి స్వరూపులు రెండు వందల కోట్ల గాయత్రి మంత్ర జపం చేసిన పరమ పూజ్య గురుదేవులు వేదమూర్తి ,తపోనిష్ట,యుగద్రష్ట శ్రీపండిత శ్రీశ్రీరామ శర్మ ఆచార్య ఏమన్నారంటే " నేడు గాయత్రి అందరూ జపించవచ్చు.దానికి వున్న ఆంక్షలు

తీసివెయబడ్డాయి.కుల,మత.జాతి,లింగ,వయో బేధాలు లేకుండా అందరూ త్వర త్వరగా గాయత్రి జపం ప్రారంభించండి.

రాబోయే రోజుల్లో విపరీత గ్రహ స్థితి వల్ల మనవ జాతి రక రకాల కష్ట నష్టాలను,ఊహించని విపత్తులను ఎదుర్కోబోతోంది.ఇప్పటికే ఎన్నో గడ్డు సమస్యలు,విపరీత వాతావరణాన్ని కలిగించే పరిస్థితులు చాలాచోట్ల కారు మేఘల్లా కమ్ముకొచ్చాయి.రకరకాల మానసిక శారీరక వ్యాధులు భాదలతో ఎందఱో కుమిలిపోతున్నారు.ఈ పరిస్థితి రాబోయే రోజుల్లో ఇంకా ఇంకా పెరిగే సూచనలు ఎంతో స్పష్టంగా కనిపిస్తున్నాయి.ఇవి కాకుండా ఎన్నో కుటుంబాలు రక రకాల సమస్యలతో కురుకుపోతాయి.అనేకమంది ఇప్పటికే అశాంతికి గురి అయ్యివున్నారు. ఇటువంటి విపత్కర పరిస్థితి నుండి మనల్ని,సమాజాన్ని కాపాడాలంటే గాయత్రి మంత్రాన్ని జపించడమే ఏకైక మార్గము.

పై గడ్డు పరిస్థితులను ఎదుర్కొని మన జీవితాలలోకి సుఖ సంతోషాలకు స్వాగతం పలకాలంటే రోజుకు:

గాయత్రి మంత్రాన్ని రోజుకు "మూడు మాలలు (మాల అంటే 108 సార్లు)
   ఆదిత్య హృదయం మూడు సార్లు
   హనుమాన్ చాలీసా ఒకసారి
   శ్రీరామ రక్షా స్తోత్రం ఒకసారి

'శ్రీరామ రామ రామేతి రమే రామే మనోరమే సహస్ర నామ తత్తుల్యం రామనామ వరాననే" అనే ఈ శ్లోకం 16 సార్లు చెయ్యాలి.

ఈ విధంగా చేసే వాళ్ళు మాకు మీ యొక్క జప సంఖ్య తెలిపినచో మీ యొక్క గోత్ర నామాలతో స్వామి వారి సన్నిధిలో గాయత్రి యజ్ఞం లో మీ జప యజ్ఞాన్ని ధార పోస్తాము.

****

ఆధ్యాత్మిక గురువులు

మన భారతీయ సంస్కృతి లో "గురువు"
కు అతి ప్రముఖ స్థానము
వుంది. 'గు' అంటే చీకటి, 'రు' అంటే
తొలగించేవాడు అని శాస్త్రార్ధము.
అందుకే గురువుని త్రిమూర్తులతో
పోల్చారు.

"గురుర్బ్రహ్మగురుర్విష్ణుః గురుర్దేవో
మహేశ్వరః
గురుసాక్షాత్ పరబ్రహ్మ తస్మై శ్రీ
గురవేనమః"

అంటే గురువు బ్రహ్మవలె శిష్యుని లో జ్ఞానాన్ని పుట్టించి, విష్ణువు వలె ఆ జ్ఞానాన్ని అర్ధము చేసుకునేలా చేసి, శివుని వలె అజ్ఞానాన్ని తనలో లయింప చేసుకునేవాడు.అటువంటి గురువు కి నమస్కారములు.

అలాగే "గురుగీత" లో పరమేశ్వరుడు ఈ విధంగా చెప్పారు.

దైవాన్ని నిందించినా కాపాడడానికి గురువు వున్నాడు, కానీ గురువునే నిందిస్తే కాపాడే వాళ్ళెవ్వరు లేరు. అందుకే

"నగురోరధికం తత్త్వం నగురోరధికం తపః
నగురోరధికం జ్ఞానం తస్మై శ్రీ గురవేనమః"

మన ఈ కలియుగంలో సామాన్య మానవునికి మార్గదర్శకత్వం వహించడానికి, మనల్ని ఆధ్యాత్మిక పథంలో కి తీసుకి వెళ్ళడానికి ఆది గురువైన దత్త త్రేయుడు తన పూర్ణ అవతారాలు అయిన శ్రీపాద శ్రీ వల్లభ స్వామి,నృసింహ సరస్వతి,స్వామి సమర్ధ,షిర్డీ సాయిబాబా మరియు తన అంశ అవతారాలు అయిన మాణిక్య ప్రభువు.రాంలాల్ మహా ప్రభువు ఇలా మరెంతోమంది గురువులను ఈ భూమి పై అవతరింప చేసారు. మనకు తెలియకుండా గుప్తంగా ఎంతో మంది

ఆధ్యాత్మిక గురువులు వున్నారు.వారిలో ఒక్కొక్కరిని దత్త భక్తులకు పరిచయము చెయ్యటమే ఈ మన ఆధ్యాత్మిక గురువులు అనబడే ఈ వ్యాస లక్ష్యము.దీని ద్వారా ఎంతో మంది గురువుల గురించి తెలుసుకొని మన ఆధ్యాత్మిక ప్రపంచాన్ని విస్తరింప చేసుకుందాము .

= = = = = =

పరమార్ధం

గోవింద దీక్షితులుగారి పునర్జన్మ మాతా సుమతీ మహారాణి యొక్క అను గ్రహం

ఒకసారి పిఠాపురంలో శ్రీ మల్లాది గోవింద దీక్షితులు గారి అరికాలికి ఒక పెద్ద గాయం అయింది. ఆయన డయాబ్టీస్ తో చాలా బాధ పడుతుండేవారు. ఆహార విషయాల్లో ఆయన ఏ నియమాలు పాటించక పోయేస రికి ఆయన ఆరోగ్యం చాలా క్షీణించింది. అయినా ఆయన తన దేహ స్థితిని ఏ మా

త్రమూ గమనించే వారు కాదు. ఈ అరికాలి లో తగిలిన గాయం ఒక పెద్ద వ్రణమయి కూర్చుంది. ఆఖరికి అది లోపలంతా క్రుళ్లి పోయి gangrene లాగా అయింది.

gangrene అంటే డేడ్ టిష్యూ అన్న మాట . అదే సమయానికి ఈ మధు మేహం కూడా ఉండడంతో చాలా అవస్థ పడుతుండే వారు. దానితో కుటుంబ సభ్యులంతా గాభరా పడి పోయారు.
ఇద్దరు ముగ్గురు శ్రీ మల్లాది గోవింద దీక్షితులు గారి శిష్యులు అంబులెన్స్ పిలవడమూ అది రావడానికి చాలా ఆలస్యంజరగడమూ,ఇంతలో ఈయనకి ఆయాసం చాలా ఎక్కువ అవడంతో వారి శిష్యులకి ఏం చేయాలో అర్థం కాలేదు. వారు వెంటనే ఒక ప్రైవేట్ టాక్సీ మాట్లాడుకుని అందులో ఆయన్ని కూర్చొబెట్టుకుని కాకినాడ జనరల్ ఆసుపత్రికి తీసుకు వెళ్లి చేర్పించారు. అదృష్టవశాత్తు అక్కడ కూడా శ్రీ దీక్షితులు గారికి తెలిసిన సర్జరీలో పోస్ట్ గ్రాడ్యుయేషన్ చేస్తున్న శిష్యుడైన డాక్టర్ గోపాల్ గారు కనిపించారు. ఆ డాక్టర్ గారికి శ్రీ దీక్షితులు

గారంటే చాలా ఆభిమానమూ, ప్ర్రేమా, గౌ
రవమూ ఉన్నాయి. వెంటనే ట్రీట్మెంట్
మొదలు పెట్టి చాలా ఖరీదైన antibiotics
వాడడం మొదలు పెట్టారు. కాని కాలి గా
యం మాత్రం ఒక పట్టాన తగ్గటం లేదు.
ఈ లోగా శ్రీ మల్లాది గోవింద దీక్షితులు గారి
అభిమాని ఒక ఆవిడ దీక్షితులు గారికి ఫో
న్ చేసారు. వారి అమ్మాయి ఆవిడతో ఫోను
లో మాట్లాడింది. ఓహొ! మీరా! మా నాన్న
గారు ఎప్పుడూ మీ గురించే చెప్పుతూ ఉం
టారు. మా నాన్నగారిని ఇక్కడ కాకినాడ జ
నరల్ ఆసుపత్రిలో ఒంట్లో బాగా లేకపోతె
చేర్పించాము. చాలా ప్రమాదకరమైన పరి
స్థితిలో ఉన్నారు అని చెప్పారు. అప్పుడు
ఆవిడ ఎన్ని రోజులయ్యింది ఇక్కడ చే
ర్పించి? అని అడిగితే రెండు రోజులనుం
చి ఇక్కడే ఉన్నాము. ఇక్కడ మా నాన్న గా
రి అభిమాన శిష్యులు చాలా శ్రద్ధగా చూసు
కుంటూ,వారి ఇంటినుంచే మాకు భోజన
ము తీసుకుని వస్తున్నారు. నాన్నగారు ఎ
ప్పుడూ మీ గురించే మాట్లాడుతుంటారు
అని ఆవిడ ఎంతో ఏడుస్తూ విషయమంతా
చెప్పారు. వెంటనే ఈ సమాచారం ఆయ

న అభిమానులందరికీ చేరింది. ఈలోగా శ్రీ మల్లాది దీక్షితులుగారు నాకు డాక్టర్ ప్ర శాంత్ గారి వైద్యం కావాలిరా. ఆయనతో మాట్లాడండి అని చెప్పగా, డాక్టర్ ప్రశాంత్ గారితో మాట్లాడడం అయింది. డాక్టర్ ప్ర శాంత్ గారు హైదరాబాద్ లో పేరు మోసిన హెూమియో వైద్యులు. ఆయనతో మాట్లా డితే ఆ కాలి గురించి వివరాలు కావాలి అ ని అడగ్గా ఆ డాక్టర్ గారిని అడిగి, కాలి వివ రాల ఫొటోలన్నీ స్కాన్ చేసి పంపగా ఆయ న ఆ వివరాలన్నీ చూసాక ఫలానా ఫలానా మందులు ఇవ్వండి అని చెప్పటమూ, ఆ మందులు కొని వాడడమూ, దీని మూలం గా శ్రీ దీక్షితులుగారు పూర్తిగా స్వస్థతులయి నారు. ఈ సంఘటన జరిగినాక ఒక సారి శ్రీ దీక్షితులుగారు నాతో మాట్లాడుతున్నప్పు డు ఒక అద్భుతమైన సంఘటన చెప్పారు.

అది ఆయన అపాయకరమైన పరిస్థితిలో ఉన్నప్పుడు, అనారోగ్య పరిస్థితిలో ఉన్న ప్పుడు , ఆయన్ని టాక్సీలో పడుకోబెట్టి కా కినాడ ఆసుపత్రికి తీసుకు వెళ్ళుతున్న ప్పుడు ఆయన ఒక విధమైనటువంటి

స్పృహ లేని పరిస్థితిలో ఉన్నారు. ఆ స్థితి లో ఉండగా ఒక అద్భుతమైన దృశ్యం ఆ యనకీ గోచరించింది. సాక్షాత్తు సుమతి మ హారాణి గారి ఒడిలో ఆయన తల పెట్టుకు ని పడుకుని ఉన్నారు. ఎంతో ప్రశాంతంగా అనిపించింది. అంత వరకు పడుతున్న బాధంతా మటుమాయమై పోయింది. ఆ యన ఆవిడవైపు ఆరాధనగా చూస్తుండగా, ఆవిడ కరుణ నిండిన కళ్ళతో ఆయన్ని చూస్తూ తల నిమురుతూ, నాయనా! ఎంత పని చేస్తున్నావు? నీ ఆరోగ్యం నీవెందుకు ఇలా పట్టించుకోకుండా ఆ సిగరెట్లు ఎం దుకు త్రాగుతున్నావు? జాగ్రత్తగా ఆరోగ్యం పెట్టుకో నాయనా, నేను నీకోసం పరిగెత్తు కు రావలసి వచ్చింది. ఇకనుంచైనా నీవు ఆ సిగరెట్లు మానేసి నీ ఆరోగ్యం గురించి చూసుకో అని చాలా లాలనగా చెప్పారు. అయితే ఆసుపత్రిలో చేర్చినప్పుడు మా త్రం శ్రీ దీక్షితులుగారి హార్ట్ బీట్స్,పల్స్ బీ ట్స్ మాత్రం మామూలుగానే ఉండాలి. త ర్వాత ఆయన కొద్దిగా తేరుకున్నారు. ఈ వి ధంగా సుమతి మహారాణిగారు నాకు పునర్జ న్మని ప్రసాదించారు అని ఆయన నాకు చె

ప్పటం జరిగింది. ఇది కూడా ఒక అద్భుత మైన సన్నివేశమే.

పంచ దేవ్ పహాడ్ అనఘాష్టమి వ్రతం

పంచ దేవ్ పహాడ్ అనగానే అనఘుడి ఆ లయం గుర్తుకి వస్తుంది. శ్రీ మల్లాది గోవిం ద దీక్షితులు గారు మాటల సందర్భంలో పంచ దేవ్ పహాడ్ ప్రాంతంలోనే ఆ రోజు ల్లో అనఘా అనఘుడి ఆలయం ఉండేది. అక్కడ శ్రీ పాద శ్రీ వల్లభుల వారు అనఘా ష్ట వ్రతం చేసుకోవలసిందని తన భక్తులకి ఆదేశం ఇస్తుండేవారు. పంచ తత్వ పంచ భూత యజ్ఞం చేస్తుండే వారు అని ఆ త ర్వాత ఆయనక గోవులని చాలా ప్రేమించే వారని శ్రీ దీక్షితులు గారు నాతో చెప్పటం తో నేనెందుకు ఇక్కడ ఈ అనఘాష్టమి వ్ర తం చేసుకో కూడదు అని నాకు ఒక విధ మైన ప్రేరణ కలిగింది. దాదాపు పదిహేడే ళ్ల నుంచి నేను ఈ అనఘాష్టమి వ్రతం చే స్తూ వచ్చాను. దాదాపు 600,700ల సంవ త్సరాల క్రింద పంచదేవ్ పహాడ్ లో జరు గుతుండే ఆ వ్రతం అక్కడే ఎందుకు చే

సుకో కూడదు అనే బలమైన సంకల్పం కలిగింది. శ్రీ పాద శ్రీ వల్లభ సంపూర్ణ చరితామృతం రెండవ భాగంలో నాలుగు, ఐదవ అధ్యాయంలో ఉన్న అనఘాష్టమీ వ్రతం ఐదు కథలు శ్రీ దీక్షితులు గారు నాకు కురియర్ లో పంపించారు. నేను వాటిని నాకు తెలిసిన కుర్రాడితో ఆ వ్రతమంతా ఒక కాసేట్ట్ ఫాంలో తయారు చేసాను. ఆ తర్వాత మర్నాడు శ్రీ దీక్షితులు గారిని కలిసి ఆయనతో చెప్పగా నీవు తప్పకుండా పంచదేవ్ పహాడ్ కి వెళ్ళు. నీకు మంచి సంకల్పం కలిగింది. తప్పకుండా నీవు అక్కడికి వెళ్లి అనఘాష్టమి వ్రతం చేసుకో అని చెప్పారు.

నేను నా శ్రీమతి,నా స్నేహితుడు అతని భార్య మేము నలుగురమూ కలిసి ఈ వ్రతం చేసుకున్నాము.600ల సంవత్సరాల తర్వాత అక్కడే నేను ఈ అనఘాష్టమి వ్రతం చేసుకోగలగడం నాకు ఎంతో సంతోషాన్ని ఇచ్చింది.

****

హైదరాబాద్ కి బ్రహ్మశ్రీ స్వర్గీయ గోవింద దీక్షితులు గారి ఆగమనం

బహుశా 2009 డిసెంబర్ లో ఒక సారి శ్రీ గోవింద దీక్షితులు గారు హైదరాబాద్ రావడం జరిగింది. అప్పటికే నేను ఆయన్ని పిఠాపురంలో కలవడం జరిగింది. సాధారణంగా నేను దీక్షితులు గారు ఎప్పుడు కలిసినా ఆధ్యాత్మిక విషయాలన్నీ వైజ్ఞానిక దృష్టి కోణంతో చర్చిస్తుంటే గంటలు నిమిషాలలాగా గడిచి పోతూ ఉండేవి. సత్సంగ్ లో కూడా వివిధ విషయాలు మాట్లాడుతుండేవారు. ఆయన వ్రాసిన శ్రీపాద శ్రీ వల్లభ చరితామృతంగురించీ, దీక్షితులుగారి గురించి నాకు తెలిసిన దత్త బంధువులందరికీ నేను చెప్పాను. శ్రీ గోవింద దీక్షితులుగారి గురించీ, శ్రీ పాద శ్రీ వల్లభ చరితామృతం గురించి ప్రచారం చేసినందు వల్ల దీక్షితులుగారు హైదరాబాద్ వచ్చినప్పుడు ఆయన్ని కలుసుకోవడానికి చాలా మంది వస్తుండేవాళ్ళు. ఆయనతో ఎంతో ఆసక్తికరమైన, ఆధ్యాత్మిక విషయాలు చర్చిస్తుం

డేవాళ్ళు. ఆ వచ్చిన వాళ్ళు ఎంతో భక్తితో ఎంతో కొంత దక్షిణ ఇస్తుండేవాళ్ళు. ఆ వచ్చిన దక్షిణతో వెంటనే చీరలు, రవిక బట్టలూ, గాజులూ,పసుపుకుంకుమ వగైరాలు తెప్పించి వచ్చిన స్త్రీలందరికీ పంచి పెడుతుండేవారు. ఆయన ప్రతీ స్త్రీని కూడా సుమతీ దేవి లాగా భావిస్తుండేవారు అని చెప్పటం జరిగింది.

****

పంచ దేవ్ పహాడ్ లోదర్బార్ ప్రతిష్ఠ సంపూర్ణ శ్రీ పాద శ్రీ వల్లభ చరితామృతం హిందీ పుస్తక ఆవిష్కరణ

ఈ విధంగా జరుగుతున్నప్పుడు ఒక సారి నాసిక్ నుంచి రాంబాబాగారు అనే యోగి వచ్చి హైదరాబాద్ లో ఆయన భక్తుల ఇంట మకాం చేసారు. నేను మొట్ట మొదటి సారిగా ఆయన్ని కలుసుకోవడానికి అందరితో పాటువెళ్లాను. అక్కడ మహారాష్ట నుంచి వచ్చిన ఎంతో మంది భక్తులు విగ్రహాలని తీసుకుని చాలా తన్మయత్వం

తో ఆడుతూ పాడుతూ కన్పించారు. అంద
రి భోజనాలయ్యాక సత్సంగ్ నిమిత్తం హా
లులో చేరాము. శ్రీ గోవింద దీక్షితులు గారు
హిందీలో కూడా చాలా చక్కగా మాట్లాడగ
లిగే వారు. ఆ వచ్చిన మరాఠీ వారికోసం ఆ
యన హిందీలోనే ఉపన్యాసాన్నిచ్చారు. ఆ
సందర్భములో నన్ను రాంబాబాగారికి ప
రిచయం చేయడంతో నేను ధైర్యం చేసి
మీరెందుకు ఈ విగ్రహాలని తెచ్చారు? చా
లా చక్కగా ఉన్నాయి. దీని అంతరార్థం ఏ
మిటో చెప్తారా? అని అడిగాను. బాబాగారు
దానికి నేను శ్రీ పాద శ్రీ వల్లభ స్వామివారి
సేవకున్నిమాత్రమే. ఆయన ఆదేశం ప్రకా
రం ఆయన ఏం చెప్పితే నేను అది చేస్తూ
ఉంటాను అని చెప్పారు. ఒక సారి నేను
పాండు రంగ విఠల్ గుడి దగ్గర ఉన్న చె
ట్టు క్రింద నిద్ర పోతూఉంటే నాకు కలలో
శ్రీ పాదులవారు కనిపించి పంచదేవ్ పహా
డ్ లో 1238 వ సంవత్సరంలో కట్టించిన
ఒక పురాతన ఆలయముంది, దాని ఎదు
రుగుండా ఒక దర్బార్ ని ప్రతిష్టించమని
చెప్పారు. అక్కడ ప్రతిష్టించడానికే ఈ వి
గ్రహాలని నేను తీసుకు వచ్చాను. విజయ

నగర సామ్రాజ్య పరిపాలనలో పంచ దేవ్ పహాడ్ లోనే చాలా ఎత్తైన అనఘాదేవి ఆలయం ఉండేది. అంత ఎత్తు గల ఆలయం నేను కట్టలేను కాబట్టి దానికి తగ్గట్టుగా అక్కడ కూడా అనఘుడి ప్రతిష్ఠ కోసం విగ్రహాలు తీసుకుని వచ్చాను అని అన్నారు. అంతే కాకుండా అనఘుడి అనఘాదేవి పెద్ద ఫోటోలు కూడా చూపించారు.

ఆ తర్వాత శ్రీ గోవింద దీక్షితులుగారు, మరి కొంతమంది విగ్రహ ప్రతిష్టలో పాల్గొనడానికి పంచ దేవ్ పహాడ్కి బయలు దేరారు. నేను మటుకు జనవరి 31వ తారీఖున వెళ్లాను. అదే రోజున మొట్ట మొదటిసారిగా శ్రీ పాద శ్రీ వల్లభ సంపూర్ణ చరితామృతం యథాతథంగా హిందీ లో ప్రసన్న కుమారి ద్వారా రచించ బడిన పుస్తక ఆవిష్కరణ కూడా జరిగింది. అయితే బయట ఉన్న హిందీ పుస్తకం లో లేనటువంటి చాలా విషయాలు శ్రీ గోవింద దీక్షితులు గారి ద్వారా ఈ పుస్తకంలో ప్రకటితమైనాయి. అంతా ముగిసినాక నేను, శ్రీ గోవింద దీక్షితులు గారు పాండురంగ గుడి ముందున్న చెట్టు

క్రింద కూర్చుని ఇష్టాగోష్టి చేస్తుంటే శ్రీ పాద శ్రీ వల్లభ స్వామి వారు రోజూ ప్రొద్దున ఆ కురువపురం నుంచి పంచ దేవ్ పహాడ్ కి కృష్ణా నది పాయ నుంచి నడుచుకుంటూ వచ్చి, ఆవుల గొట్టం దగ్గర దర్బార్ చేసి, భక్తుల యొక్క సమస్యలు తీరుస్తుండేవారు అని దీక్షితులు గారు చెప్పారు. అంతే కాకుండా అక్కడ 30వ తారీఖున జరిగిన ఒక అద్భుతమైన సంఘటన కూడా చెప్పారు. అదేమిటంటే యజ్ఞం చేసి విగ్రహ ప్రతిష్ట చేసే సమయానికి సరిగ్గా ఆకాశము నుంచి విభూతి రాలిందని. మహారాష్ట్రనుంచి వచ్చిన భక్తులంతా చుట్టూ ప్రక్కలా ఎక్కడ కూడా కర్మాగారం లేకుండా ఈ విభూతి ఎక్కడ్నుంచి వచ్చిందని ఆశ్చర్య పడి పోయారు. అప్పుడు శ్రీ గోవింద దీక్షితులు గారు ఇక్కడ సిద్ధ పురుషులూ, సాధు పురుషులూ స్వయంగా విగ్రహ ప్రతిష్ట చూడడానికి అశరీర రూపంలో వచ్చి సంతోషంతో విభూతి వర్షం కురిపించారని చెప్పారు. ఆ మహారాష్ట్ర నుంచి వచ్చిన భక్తులు ఆ విభూతిని భక్తితో పొట్లాలు కట్టుకున్నారు.

******

శ్రీ గోవింద దీక్షితులు గారు చెప్పిన పథకాలు

ఈ సందర్భంలో శ్రీ గోవింద దీక్షితులు గారు నాతో మాట్లాడుతూ ఇక్కడ శక్తిపాతం జరిగింది. శ్రీ పాదుల వారి శక్తి ఇక్కడ జాగృతీకరమైంది. ఇక్కడ జఠరాగ్ని ప్రజ్వలించి విజ్రుంభించింది కనుక మనం ఇక్కడ ఎంత అన్నదానం, ఎంత అన్నశాంతి చేసి మానవ జఠరాగ్నిని మనం ఎంత శాంత పరచ గలుగుతామో అంత విశ్వ జఠరాగ్ని కూడా శాంత పడి ఈ ప్రాంతమంతా ఎంతో ప్రశాంతంగా ఉంటుంది మరి అని అన్నారు. మనం ఇక్కడ ఏదో అన్నదాన కార్యక్రమం చేయాలి ఇక్కడ విపరీత పరిస్థితులు కూడా విజ్రుంభిస్తాయి. మరి ఒక మంచి శక్తి ఉద్భవించినప్పుడు దానికి పది రెట్లు మాయా శక్తులు, అసుర శక్తులు కూడా విజ్రుంభిస్తుంటాయి. వాటిలో కూడా మంచి చెడూ ఉంటాయి. అవి మనకనవసరం. నువ్వేం చేస్తావంటే, నీతో పాటు మరి కొందరిని చేర్చి తప్పకుండా మరి ఇక్కడ

అన్నదాన ప్రక్రియ చేయాలి. అంతే కా కుండా ఇక్కడ ధనం లోటు కూడా చాలా ఉంది. ధనం లేకుండా ఏ పని జరగదు క దా నీవు ఒక పని చేయి ఇక్కడ చుట్టూ ప్ర క్కల ఏవైనా పొలాలుంటే కొని పంచదేవ్ పహాడ్ లో రైతులకి కౌలు కిస్తే బాగుంటుం ది. మీరు కూడా బ్రతకాలి కదా కాబట్టి ఎం తో కొంత 50% కాని 60% కాని పెట్టుకుని, మిగతాది మాకిస్తే మేము ఇక్కడ అన్నదా నాలకి అది ఉపయోగిస్తాము. అంతే కాకుం డా ఇక్కడ ప్రభుత్వ భూములు ఎన్నో ఉ న్నాయి. మహిళా సంక్షేమ కార్యక్రమాలు చేస్తే బాగుంటుంది. ఇక్కడున్న ప్రజలు అ మాయకులు. వీరికేమో ఎటువంటి ఆదా యము లేదు. వీరి పిల్లలు అంతా గ్రామా లు వదిలి పెట్టి దగ్గర ఉన్నటువంటి పట్ట ణాలకు వెళ్ళి పోయారు. అయితే ఇక్కడ బీ దా బిక్కి ఉన్నారు. వారికైతే భూములు ఉ న్నాయి కాని వ్యవసాయానికి పెట్టుబడి పె ట్టేంత స్తోమత లేదు. ఇక్కడ వాళ్ళు అవ న్నీ అమ్మేసుకునే ప్రయత్నం లో ఉన్నా రు. మనం ఎలాగైనా సరే కొంత ప్రభుత్వ భూమి తీసుకుని అక్కడ ఈ ఆయుర్వేద

వైద్యానికి సరి పడే మొక్కలు తెప్పిస్తే బాగుంటుంది. వాటి యొక్క విషయాలు అన్నీ నాకు తెలుసు. మరి ఇలా చేయాలని చాలా రకమైన పథకాలు ఆయన నాతో చర్చించడం జరిగింది. తదుపరి నేనదే కార్య క్రమంలో ఉండి పోయాను.

శ్రీ పాద శ్రీ వల్లభ స్వామీ! మరి నేనొక్కడినే అయిపోయాను. ఆఫ్రికా నుంచి నన్ను ఉద్యోగం నుంచి విరమణ చేసి ఇక్కడకి రప్పించుకున్నారు. నా ఒక్కడి వల్ల ఇది ఎలా సాధ్యమవుతుంది? మరి అన్నదాన కార్యక్రమాలంటే మరి చాలా కష్టం కదా! అని ఆలోచిస్తుంటే అక్కడే సేవ చేస్తుండే ఒక సాధకున్ని చూసాను. ఆ సాధకుడు వచ్చి నమస్కారం పెట్టడమూ, అతను అక్కడ యేవో అన్నదాన కార్యక్రమాల కోసం వచ్చినట్టుగా నాకు తెలిసింది. తదుపరి నేను ఈ కార్యక్రమాలని ఎలా చేయాలి అనే ఆలోచనలో పడిపోయాను.
నాకు ఒక రకంగా చాలా ఆనందం కలిగింది. ఎందుకంటే నాకు సాక్షాత్తు శ్రీ పాద శ్రీ వల్లభ స్వామీ వారు దర్బార్ చేసిన ప్రదేశాని

కి నేను రాగలగడమూ, మరి మా ద్వారా శ్రీ
గోవింద దీక్షితులు గారి ఆశీర్వాదంతో మే
ము రికార్డు చేసిన ఆయన వాయిస్
డీవీడీలు,
అంతే కాకుండా ప్రసన్న కుమారి ద్వారా
హిందీ భాషలో బయటకు వచ్చిన అసలు
సిసలైన శ్రీ పాద శ్రీ వల్లభ చరితామృతం
యొక్క ఆవిష్కరణ జరగడమూ, అక్కడ నే
ను ఉండడమూ, ఎంతో మంది మహానుభా
వుల్ని, బాబాగారిని కలవడమూ, ఇవన్నీ
నాకెంతో సంతోషాన్ని కలిగించాయి. అయి
తే ఆ రకంగా ఆ రోజెంతో సంతోషంతో గడి
చి పోయింది.

మేము కూడా తర్వాత హైదరాబాద్ కి మా
మూలుగా వాపసు వచ్చేసాము.

****

శ్రీ మల్లాది గోవింద దీక్షితులుగారు చెప్పిన కథ

శ్రీ మల్లాది గోవింద దీక్షితులుగారు నాతో చాలా సన్నిహితంగా ఉండేవారు. క్రమం తప్పకుండా ప్రతి రోజూ నాతో మాట్లాడు తుండేవారు.

ఒక సారి ఆయన శ్రీపాద శ్రీ వల్లభుల గారి గురించి ఒక అద్భుతమైన కథ చెప్పడం జరిగింది

శ్రీపాద శ్రీ వల్లభులు స్వామి సమర్థ సాక్ష్యం ఇచ్చుట

బహుశా ఇది మల్లాది గోవింద దీక్షితులుగా రి ముత్తాత తరంలోఅంటే సుమారు 1910

-

15 సంవత్సరాల మధ్య జరిగిన సంఘట నఅని చెప్పారు. అప్పుడు మల్లాదివారి కు టుంబీకులు పిఠాపురంలో ఉంటుండేవా రు.

ఒక సారి గుంటూరు నుంచి ఒక వైశ్య వర్త
కుడు పిఠాపురం వచ్చాడు. అతనికి అక్క
డ కొంతమంది స్నేహితులు కూడా ఉన్నా
రు. అక్కడ భూములు కొనుక్కుని అక్కడే
వ్యవసాయం చేస్తూ స్థిర పడి పోవాలి అనే
ఉద్దేశ్యంతో ఆయన వచ్చాడు. చుట్టూ ప్ర
క్కల అంతా వెతుక్కుని కొన్ని పొలాలను
చూసుకున్నాడు. వాటికోసం ఆయనకి కొం
త పైకము అడ్వాన్స్ గా ఇవ్వాల్సి
వచ్చింది.

అది ఇచ్చి ఆయన గుంటూరు కి తిరిగి వె
ళ్లి అక్కడ ఉన్న ఆస్తిపాస్తులు అమ్ముకుని
ఆ
వచ్చిన ధనముతో ఆ భూమి రిజిస్ట్రేషన్
చేయించుకోవాలి అనే తలంపు అతనికి క
లిగింది. కాని అతని దగ్గర అడ్వాన్స్ చె
ల్లించడానికి అంత డబ్బు లేక పోవడము
తో అక్కడే పిఠాపురంలో ఉన్న ఒక సంప
న్న వర్తకుని దగ్గరకి వెళ్లి ప్రామిసరీ నోటు
వ్రాసి ఇచ్చి కొంత డబ్బు అప్పు తీసుకుని
ఆ వ్యవసాయదారునికి అడ్వాన్స్ చెల్లించి
గుంటూరు వెళ్ళిపోయాడు. అక్కడి ఆస్తిపా

స్తులు అమ్మేసుకుని ఆ ధనం తో పిఠాపురా
నికి వచ్చేసి ఆ ధనిక వర్తకుని బాకీ తీర్చే
సాడు. కాని యేవో కారణాలవల్ల ఆ ప్రామిస
రీ నోటు ఆ ధనికుడు వాపసు ఇవ్వలేదు.
ఆ వర్తకుడు కూడా అంత పట్టించుకోలేదు
. ఇలా కొన్ని రోజులైనాక ఆ వర్తకునికి రాజ
మంద్రి హైకోర్ట్ నుంచి ఒక నోటీసు వచ్చిం
ది. దాని సారాంశం ఏమంటే ఫలానా తేదీ
న ఈ వర్తకుడు నా దగ్గర్నుంచి ధనం అ
ప్పు తీసుకుని ఇన్ని నెలలైనా బాకీ తీర్చ
లేదు. తక్షణమే ఆ డబ్బు వడ్డీతో సహా వా
పసు ఇవ్వవలసినదిగా కోర్ట్ నోటీసు ఇ
ప్పించాడు. ఇది చదివిన ఆవర్తకుని గుం
డె చెదిరి పోయింది. చాలా భయపడి పో
యాడు. ఆ ధనికుడు ఆ పట్టణంలో మంచి
 పేరున్నవాడే. ఏదో పొరబాటు జరిగి ఉం
టుంది అని ఆలోచించి ఆ ధనికుడి దగ్గర
కి వెళ్ళాడు."నేను అప్పుడే మీ బాకీ తీర్చే
సాను కదా! ఈ సంగతి మీకు తెలిసీ కూడా
 నాకిలా ఎందుకు కోర్ట్ నోటీసు పంపించా
రు?" అని అడిగాడు.

"మీలాంటి పెద్దవాళ్ళు ఇలాంటి పనులు చేయరు అని నాకు నమ్మకం ఉంది. ఎక్కడో, ఏదో పొరబాటు జరిగి ఉంటుంది అని కనుక్కోవడానికి వచ్చాను" అని చెప్పాడు.

దానికి ఆ అప్పు ఇచ్చిన ధనికుడు,"భలేవారే! ఏమిటీ ఇలా మాట్లాడుతున్నారు? మీరు నాకు అసలు ఎప్పుడు డబ్బు వాపసు ఇచ్చారు? మీరు వాపసు ఇచ్చి ఉంటె ఆ ప్రామిసరీ నోట్ మరి నా దగ్గరే ఎందుకు ఉంది? అది మీ దగ్గరే ఉండాలి కదా! అయినా ఎవరైనా సాక్ష్యం ఉన్నారా?" అని అడిగాడు.

దానికి గుంటూరు నుంచి వచ్చిన వర్తకుడు ఇలా అన్నాడు. మీరేమో పెద్ద మనుష్యులు. ఇలా అన్యాయం చేయడం ఏమి బాగా లేదు. ఈ విషయం మన ఇద్దరికీ తప్ప ఇంకెవరికీ తెలియదు అని మీకు బాగా తెలుసు అని ఆ వర్తకుడు అన్నాడు. అప్పుడేమో ఆ ధనికుడు మీరు అప్పు తీర్చేసి ఉంటే ఆ ప్రామిసరీ నోటు నేను మీకు వాపసు ఇచ్చేవాడిని. అది నా దగ్గరే ఉన్న

ది. మీరు నా అప్పు తీర్చలేదు. ముందు నా బాకీ తీర్చండి అని గట్టిగా మందలించి ఆ వర్తకున్ని పంపించేసాడు.

దీనితో పాపం! ఆ వర్తకుడు దిక్కు తోచక గాభరా పడిపోయాడు. ఏం చేయాలో అర్థం కాలేదు. డబ్బులు వాపసు ఇచ్చినప్పుడు సాక్షులు కూడా ఎవ్వరూ లేరు. పైగా ఎవరూ నా మాటలు నమ్మరు. పరిస్థితి చాలా విషమంగా ఉంది అని సతమతమవుతూ ఉంటే అతని స్నేహితులు ఒక ఉపాయం చెప్పారు. ఈ ఊళ్లోనే శ్రీ పాద శ్రీ వల్లభుల వంశానికి చెందిన మల్లాదివారి కుటుంబం ఉంది. పై ఊరినుంచి వచ్చిన ఎవరినైనా సరే దత్త స్వరూపులుగా భావించి ఆతిధ్యం ఇస్తారు. నీవు అక్కడికి వెళ్ళు. తప్పకుండా నీ సమస్య తీరిపోతుంది అని సలహా ఇచ్చారు. ఇక దిక్కు తోచని స్థితిలో ఆ వర్తకుడు శ్రీ పాద శ్రీ వల్లభులని నమ్ముకుని ఆయన మీదే భారం వేసి మల్లాది వారింటికి వెళ్ళాడు. ఆ ఇంటి సాధ్వీమణి అతనిని చూసి మీరు పై ఊరినుంచి వచ్చినట్టున్నారు. బాగా అలసి పోయినట్టు కనిపిస్తు

న్నారు. త్వరగా కాళ్ళు చేతులు కడుక్కొని రండి. భోజనం వడ్డిస్తాను అని అన్నది.

సరే అని ఆయన కాళ్ళు చేతులు కడుక్కొని భోజనానికి కూర్చున్నాడు. అన్యమనస్కంగా భోజనం చేస్తున్న అతన్ని చూసి ఆ సాధ్వీమణి,
"ఏమిటీ నాయనా! అలా ఉన్నావు?
నిన్ను చూస్తుంటే ఏదో చాలా బాధ పడుతున్నట్టుగా ఉన్నావు. అసలు విషయమేమిటీ? అని అడిగింది. ఆయన భోరున ఏడుస్తూ జరిగిన సంగతి అంతా చెప్పాడు విషయం విని ఆవిడ కూడా చాలా బాధ పడింది. మరి సాక్ష్యం చెప్పడానికి ఇప్పుడు ఎవరూ లేరా? అని అడిగింది. నిన్ను చూస్తే మంచి సాధు స్వభావం ఉన్న వాడిలా కనిపిస్తున్నావు. నీవు చెప్పింది నిజమైతే మా శ్రీపాదుడే వచ్చి సాక్ష్యం చెప్తాడులే అని అన్నది. మంచి మనస్సు ఉన్నవాళ్ళు ఏమీ ఆలోచించకుండానే వారి మనస్సులో ఉన్నది మనస్ఫూర్తిగా బయటకి చెప్పేస్తారు. ఆవిడ మాటలు వినగానే ఆ వర్తకునికి ధైర్యం వచ్చింది. ఈలోగా ఆ సాధ్వీమ

ణి ఈ విషయం తన భర్తకి చెప్పితే ఆయన లబోదిబోమని మొత్తుకున్నారు.

నీవెందుకు శ్రీపాదుడు సాక్ష్యం ఇస్తాడు అని చెప్పావు? శ్రీపాదుడేమిటి? సాక్ష్యం ఏమిటీ? ఇది జరిగే పనేనా? ఇలాంటి అసాధ్యమైన హామీలు ఎందుకు ఇస్తున్నావు? అని మందలించారు. ఆవిడ మటుకు ధైర్యంగా మరి దేవుడైన శ్రీపాద శ్రీ వల్లభుడు భక్తులైన వారికి సహాయం చేయాలి కదా! మరి ఆ మనిషిని చూస్తే నిజమే చెప్తున్నాడని నాకనిపిస్తుంది. అటువంటి మంచి,నిజాయతిపరుడైన వ్యక్తికి శ్రీపాద శ్రీ వల్లభుడు సహాయం చేయకపోతే మన మాట పోదా ? ఏమో! నాకేమీ తెలియదు. నేనైతే మాట ఇచ్చేశాను. నా మాట నిలబెట్టడం ఆ శ్రీ పాదుని బాధ్యతే అని చెప్పేసి తన పనిలో ఆవిడ మునిగిపోయింది.

ఇక్కడ గుంటూరు నుంచి వచ్చిన వర్తకుడు తన లాయరు దగ్గరకి వెళ్ళాడు. నీకెవరైనా సాక్ష్యం ఉన్నారా అని లాయరుగారు అడిగితే ఉన్నారు అని బదులు చెప్పాడు.

ఆ లాయరుగారు కూడా అంత పట్టించుకో లేదు.

రాజమండ్రి హై కోర్టులో తారీఖు వచ్చిన ప్పుడు వీళ్ళిద్దరూ కోర్ట్ కి వెళ్ళారు. ఆ రోజు ల్లో బ్రిటిషువారి పరిపాలన మూలంగా అ క్కడ ఒక ఆంగ్లేయుడే న్యాయమూర్తిగా ఉ న్నాడు. కేసు విచారణకి వచ్చిన రోజున ఆ వర్తకుని లాయరుగారు సాక్షి గురించి ఎ ప్పుడు వస్తాడు? ఎక్కడ ఉన్నాడు? అని అ డిగితే శ్రీ పాద శ్రీ వల్లభులే సాక్ష్యం ఇస్తారు అని ఆ సాధ్వీమణియే చెప్పారు అని స మాధానం చెప్పాడు. అది విని లాయరుగా రు బిత్తర పోయారు. అదేమిటండీ! శ్రీ పాద శ్రీ వల్లభుల వారేమిటీ? సాక్ష్యం చెప్పడాని కి రావడ మేమిటీ? నాకంతా గందరగోళంగా ఉంది. మీరు నాకు ముందే చెప్పాల్సింది కదా! ఆయన ఎలా వస్తారు? అని గాభరా ప డ్డారు.

ఇంతలో " శ్రీ పాద శ్రీ వల్లభుల వారు హాజ రు కావాలి " అని బంట్రోతు గట్టిగా పిలిచా డు. అక్కడ సాక్ష్యం చెప్పే బోనులో స్వామి

సమర్థ వారి ఆకారం ప్రత్యక్షమయింది. కోలాహలంతో కోర్ట్ హాలు దద్ధరిల్లి పోయింది. జడ్జిగారు కూడా చాలా ఆశ్చర్య పోయారు. ఇదంతా ఏదో దైవిక శక్తి లాగా ఉంది. ఇది ఎలా సాధ్యం? అయినా ఒక్క నిమిషం ఆలోచించి తన విధి తానూ చేయాలి కాబట్టి "స్వామీ! మీరు సాక్ష్యం చెప్పడానికి వచ్చారు కదా! మీ పేరేమిటీ? అని స్వామి సమర్థ వారిని అడిగారు.

ఇదేమి ప్రశ్నరా బాబూ! నేనేమిటీ? నా పేరేమిటీ? అన్ని పేర్లు నావే. నేను అంతటా ఉన్నాను. అందరిలో ఉన్నాను అని స్వామి సమర్థవారు బదులు చెప్పటం జరిగింది.

ఆ మాటలు విని ఆ జడ్జిగారు ఇతనెవరో సాధారణమైన వ్యక్తి కాదు. అందరి లాగా కాదు అని భావించుకుని నెమ్మదిగా, "స్వామీ! తమరి కులమేమిటీ?" అని అడిగారు.

"నేను చర్మకారుణ్ణి. మాదిగవాణ్ణి "అని స్వా
మి సమర్థవారు గట్టిగా అరిచి చెప్పారు.
అప్పటికే హాలులో ఉన్న జనమంతా హడ
లిపోయి ఉన్నారు.అక్కడ జరుగుతున్న
దంతా విచిత్రంగా ఏదో మహా శక్తి ఆవరిం
చుకున్నట్టుగా అనిపించింది. ఈ అప్పి
చ్చిన ధనికుడుగడగడా వణికి పోసాగాడు.

అటువంటి మహా దైవిక శక్తి ముందు తను
చేసిన ఈ అమానుష పనికి లోపల్లోపలే ప
శ్చాత్తాప పడడం మొదలు పెట్టాడు. శ్రీపాద
శ్రీ వల్లభుడు సాక్ష్యం చెప్పడానికి వస్తాడు
అని నేనెప్పుడూ అనుకోలేదు. అనవసరం
గా అబద్ధమాడాను. ఇప్పుడు నాగతేమిటీ?
ఏమన్నా శిక్ష పడుతుందో ఏమో అని పరి
పరి విధాలా ఆలోచించ సాగాడు.

తదుపరి ప్రశ్న "మీ తల్లిదండ్రులేవరూ?"
అని జడ్జిగారు అడిగారు.

"నా తలిదండ్రులా? నాకు పుట్టుక ఏమిటీ?
చావేమిటీ? నా తల్లిదండ్రులంటూనా్న

వేమిటీ? అసలు నీ పుట్టుక గురించి నువ్వా లోచించుకో. నీ తండ్రెవరో నీకు తెలుసా? " అనిగర్జించారు.

ఆ స్వామివారి మేఘ గర్జనకి ఆ జడ్జి గారేమి టీ, లాయర్లేమిటీ, అందరూ కూడా నిశ్చేష్టు లై పోయారు. గడ గడా వణికి పోవడం మొ దలు పెట్టారు.

పాప! ఆ జడ్జీ గారు దెబ్బకి క్రింద పడిపో యారు. ఇదేమిటీ? నేను అనాథున్ని, అక్ర మ సంతానాన్ని (లావారిస్),నా తండ్రెవరో ఏమో నాకే కాదు మరెవ్వరికీ కూడా తెలి యదు అని ఈయనకి ఎలా తెలిసి పోయిం దీ? అని గాభరా పడి పోయారు. కోర్టులో అందరూ కూడా ఏమవుతుందా అని భయ పడి పోయారు. ఇతనెవరో సామాన్య మాన వుడు కాదు. మహానుభావుడు అయి ఉంటా డు అని అనుకున్నారు.

ఇక్కడ ఆ ధనికుడు పశ్చాత్తాప పడుతూ జ డ్జీ గారి దగ్గరకి పరిగెత్తుకుని వచ్చాడు. గుం టూరు నుంచి వచ్చిన ఆ వర్తకుడికి మా

త్రం ఆశ్చర్యంతో నోట మాట రాకుండా అ లాగే ఉండి పోయాడు. అక్కడ అందరి పరి స్థితి అలాగే ఉండింది. ఆ ధనికుడు గబా గబా జడ్జీగారి దగ్గరకి వెళ్లి, నేను చాలా పొర బాటు చేసాను.

ఆ వర్తకుడు చాలా మంచివాడు, నిజాయ తిపరుడూ
నా బాకీ అప్పుడే తీర్చేసాడు. నేను ఆప్రా మిసరీ నోటు అతనికి వాపసు ఇవ్వకుండా, అతన్ని మోస పుచ్చి, మళ్ళీ డబ్బు అతని దగ్గర్నుంచి లాక్కోవాలనే దురాశతో ఇలా చేసాను నన్ను క్షమించండి. మీరు ఏ శిక్ష విధించినా నాకు అంగీకారమే అని ప్రాధే య పడ్డాడు. ఈ విధంగా ఆ ధనికుడు తన తప్పు ఒప్పుకున్నాడు. ఆ జడ్జిగారు ఆ ధ నికున్ని కోప్పడి బాగా జరిమానా వేసి అక్క ణ్ణుంచి పంపించేసారు. ఆ గుంటూరు నుం చి వచ్చిన వ్యాపారి మాత్రం శ్రీ పాద శ్రీ వల్ల భులవారి మహిమ ఏమిటీ ఇలా జరిగింది. నిజంగా వారి వంశం వారు ఇచ్చిన మాట ఆయన నిలబెట్టారు కదా! అని అనుకుని శ్రీ పాద శ్రీ వల్లభులవారి పరమ భక్తాగ్రేసర

చక్రవర్తి లాగా మారి పోయాడు. అయితే ఈ వృత్తాంతమంతా ఆ జడ్జీ గారు తన డైరీ లో వ్రాసుకున్నట్టుగాలేక స్పెషల్ గా నోట్ చేసుకున్నారు. అది ఇప్పుడు కూడా ఇం గ్లాండ్ లో ఉన్నది అని శ్రీ గోవింద దీక్షితు లు గారు చెప్పారు.

అంతే కాకుండా మొట్టమొదటిసారిగా వె లువడిన**"సాయి సచ్చరిత్ర"** వావిళ్లవారు ప్రచురించినప్పుడు ఈ వృత్తాంతమంతా ఆఖరి అధ్యాయములో కలిపి ప్రచురిస్తా ము, మాకు అనుమతి కావాలి అని కోరితే శ్రీ గోవింద దీక్షితులు గారు అనుమతి ఇవ్వ డం జరిగింది. ఆ ఎడిషన్ కోసం శ్రీ గోవింద దీక్షితులు గారు ఎంత ప్రయత్నించినా వారికి దొరకలేదు అని నాతో చెప్పారు.

****

బ్రహ్మశ్రీ స్వర్గీయ మల్లాది గోవింద దీక్షితులుగారు చెప్పిన కొన్ని ఆసక్తికరమయినటువంటి విశేషాలు.

శ్రీపాదవల్లభ చరితామృతంలో సాక్షాత్తు శ్రీపాద శ్రీ వల్లభ స్వామివారు శంకర భట్టు అనే కన్నడ బ్రాహ్మణుడికి చెప్పినటువంటి ఆసక్తి కరమయిన, యోగపరమయినటువంటి విషయాలు మొత్తం 18 భాగాలుగా విభజించారు. అందులో మొదటి 6 భాగాలు శ్రీపాదవల్లభుల గురించి, ఆ తర్వాత ఆరు భాగాలు శ్రీ నృసింహసరస్వతి వారి మీద, తక్కిన ఆరు భాగాలు శ్రీ సమర్థ స్వామి వారి మీద మొత్తం 18 భాగాలుగా శంకర భట్టుగారు వ్రాసారు. సంస్కృతంలో వ్రాసినటువంటి ఆ గ్రంధంలోని మొట్టమొదటి భాగాన్ని మల్లాది బాపనార్యులుగారు ఆంధ్రీకరించారు.ఆ తర్వాత మిగిలిన 5 భాగాలు శ్రీపాదవల్లభుల వారి గురించి ,మిగిలినవి ఆరేసి భాగాలు చెప్పిన

శ్రీనృసింహ స్వామి గురించి మరియు స్వామి సమర్థ గురించి వ్రాసిన ఆరు గ్రంథాలు ఆయన హస్తస్పర్శతో అదృశ్యమయినాయి అని చెప్పగా అవి సంధ్యా భాషలో ఉన్నాయి అని శ్రీ మల్లాది గోవింద దీక్షితులు గారు తెలియచేసారు. అదే విషయం శ్రీపాదశ్రీవల్లభ చరితంలో ప్రస్తావించబడింది. అయితే ఎప్పుడో 1326 నుంచి 1350 సంవత్సరాల మధ్య వ్రాసినటువంటి ఆ గ్రంథాన్ని శ్రీపాద శ్రీవల్లభస్వామి వారు బ్రహ్మశ్రీ మల్లాది బాపనార్యులతో మొదలయ్యి మల్లాది వంశంలో 33వ తరానికి చెందిన వ్యక్తి ,అలాగే వెంకటప్పయ్యగారి కుటుంబంలోని 33వ తరానికి చెందిన వ్యక్తి మరియు నరసింహవర్మ వంశంలోని 33వ తరానికి చెందిన ఆ వ్యక్తి వచ్చినప్పుడు మాత్రమే ఆ గ్రంథాన్ని బయటకు తీసి తిరిగి చక్కగా వ్రాసి మల్లాదివారి కుటుంబంలోని 33వ తరానికి చెందిన వ్యక్తి పారాయణ చేసి పిఠాపురం సంస్థానానికి యివ్వవలసింది అని శ్రీపాద శ్రీవల్లభ స్వామి వారు ఆదేశించినట్లుగా

మనకి తెలిసింది. అదే విషయాన్ని చెబుతూ శ్రీ మల్లాది గోవింద దీక్షితులుగారు కేవలం 33వ తరానికి చెందిన వ్యక్తికి మాత్రమే ఆ సంధ్యా భాషలో ఉన్నటువంటి మిగిలిన భాగాలు వ్రాయగలిగే శక్తి సామర్థ్యాలు శ్రీపాద శ్రీవల్లభస్వామి వారు యిచ్చారని చెప్పడం జరిగింది.

ఒక సందర్భంలో శ్రీ మల్లాది గోవిందదీక్షితులుగారు హైదరాబాద్ వచ్చారు. అప్పటికే ఆయన ఆరోగ్యం అంతంత మాత్రంగానే ఉండేది.పిఠాపురంలో ఉన్నంతకాలం ఆయనకి మనశ్శాంతి లేకుండానే ఉండేది అని చెప్పారు. ఎందుకంటే శ్రీపాద శ్రీవల్లభులవారి మూలగ్రంధంలోని కొన్ని భాగాలు ప్రచురించకపోవడం వల్ల ఆయనకి మనస్థాపం కలిగింది అని చెప్పారు. ఆ సందర్భంలో నేను ఆయనని "మీరు రెండవ భాగం ఎప్పుడు వ్రాస్తారు ? అది మాకు కావాలి" అని అన్నాను. ఒక రోజు ఆయన ఉస్మానియా హాస్పిటల్

అనుకుంటూ అక్కడికి వెళ్లి అన్ని పరీక్షలు చేయించుకొని వచ్చారు.అప్పటికే ఆయన ఆరోగ్యం చాలా క్షీణించిపోయింది.ఆ సమయంలో ఆయన అంటుండేవారు "మరి ఈ గ్రంథాన్ని నేను వ్రాయగాలనా లేక దీనికోసం మరొకసారి జన్మ ఎత్తాలా? ఏం చేయాలా అని ఆలోచిస్తున్నాను" అని అన్నారు. అప్పుడు నేను ఆయనకి ఒక సలహా ఇచ్చాను. రెండవ భాగం నుంచి అన్ని సంధ్యాభాషలో ఉన్నాయి అని మీరే అన్నారు కదా! ఏదో ఒక వస్తువుని పట్టుకొని ఆకాశతత్త్వం నుంచి ఆ జ్ఞానం మీ ద్వారా బయటకి రావడం అది కూడా ఒక్కశే ఒక్కసారి మాత్రమే వస్తుందని మీరే చెప్పారు కదా. మీరు చెప్తుంటే మేము వ్రాయడం చాలా కష్టం. కాబట్టి మేము ఒక డిజిటల్ వాయిస్ టేప్ రికార్డర్ కొని మీకు ఇస్తాము. మీరు ఆ సుషుమ్నావస్థ స్థితిలోకి వెళ్లి సంధ్యా భాగంలో ఉన్న ఆ రెండవ భాగాన్ని చెప్తుంటే మేము దాన్ని రికార్డు చేస్తాము" అని చెప్పాను. "కాకినాడలో ఒక హెూటల్లో మీకు ఏ ఇబ్బంది లేకుండా ఒక ఏ.సి గదిలో బస ఏర్పాటు చేస్తాము. మేము

కూడా వస్తాము" అని చెప్పాను. ఆయన సరే అని అంగీకరించారు. అదే విధంగా నేను, శ్రీ రఘుబాబుగారు డిజిటల్ టేప్ రికార్డర్ కొన్నాము. రఘుబాబుగారు దాన్ని ఎలా ఆపరేట్ చేయాలో నేర్చుకొని దాన్ని శ్రీ మల్లాది గోవిందదీక్షితులిగారికి ఇవ్వడం జరిగింది. సాంపిల్ గా కొన్ని మాటలు రికార్డు చేసి చూపించడం జరిగింది. ఆ తర్వాత నేను మీరు 2వ భాగం గబగబా చదివేసి మాకు ఇవ్వాలి అని పసిపిల్లవాడిలాగా వెంట పడుతుండేవాణ్ని.అయితే ఆయన హైదరాబాదు నుంచి వెళ్ళిపోయారు. ఎర్రటిఎండలో వైశాఖ మాసంలో మొట్టమొదటి సారిగా ఆయన పాండిచ్చేరి వెళ్లి, అక్కడ గణపతి హెూమం చేసాక రెండవ భాగం చదవాలని సంకల్పించారు.ఆయనతో పాటుగా చాలా దగ్గర సన్నిహితులైన శ్రీరాములుగారు, వారి సతీమణి, శ్రీ రఘుబాబుగారు పాండిచ్చేరి వెళ్ళారు.ఆ తర్వాత అక్కన్నుంచి అప్పటికే గురువుగారు గణపతి హెూమం కోసం రిజిస్ట్రేషన్

చేసారు కాబట్టి అందరూ రమణ మహర్షి ఆశ్రమానికి వెళ్ళడం జరిగింది. అక్కడే అనుకుంటాను ఆయన శ్రీపాద శ్రీవల్లభస్వామివారి చరితామృతంలో రెండవ భాగంలోని కొన్ని అధ్యాయాలు తెలుగులో చదువుతుంటే దాన్ని శ్రీ రఘుబాబు గారి రికార్డు చేసారు. ఆ సందర్భంలో ఆయన అక్కడ్నుంచే అంటే, రమణ మహర్షి ఆశ్రమంనుంచే రికార్డింగ్ మొదలు పెట్టాము అని ఫోన్ చేసి నాకు చెప్పారు. అది విని నేను చాలా సంతోషించాను. తర్వాత వాళ్ళు పాండిచ్చేరి నుంచి బయలుదేరారు.

ఆయన తిరిగి హైదరాబాదు వచ్చినప్పుడు మా పథకాన్ని వివరంగా తెలియచేసాము "జూన్ నెలలో మేము కాకినాడ వస్తాము. అప్పుడు మీరు రెండవ భాగం మిగిలిన అధ్యాయాలు చదువుతూ ఉంటె మేము దాన్ని రికార్డు చేస్తాము" అని చెప్పడం జరిగింది. నాకు సుమారు ఒంటిగంట తర్వాత ఆయన ఫోన్ చేసి హైదరాబాదుకి వచ్చాను అని చెప్పారు.

సాయంత్రమో, రేపో కలుస్తానని నేను ఆయనకి చెప్పాను. మరి అదే రోజు రాత్రి ఆయన స్వర్గస్తులయినట్టుగా వార్త వచ్చింది.నేను చాలా దిగ్భ్రాంతి చెందాను. మరి శ్రీపాదశ్రీవల్లభులవారి పథకం ఎవరికీ తెలుసు? కాని ఆయన ఇంకా కొంతకాలం జీవించి ఉంటే తప్పకుండా రెండవ భాగం ఆయన చదువుతూ ఉంటే మా ప్లాన్ ప్రకారం రికార్డింగ్ పూర్తి అయిపోయి ఉండేది. ఎందుకంటే ఆయన చెప్తున్నప్పుడు వ్రాయడం చాలా కష్టమయిన పని, పైగా చాలా కాలం పడుతుంది. అదే ఆయన మాట్లాడుతున్నప్పుడు రికార్డు చేసి ఉంటే చాలా తేలికగా ఉండేది. ఎందుకంటే అది వింటూ మనకి కావలసిన చోట ఆపి వ్రాసుకోవడం చాలా తొందరగా మరియు తేలికగా అయిపోయి ఉండేది. మరి ఏ కారణాలవల్లో అది జరగలేదు. మనం అనుకున్నదొక్కటి అయినది ఒక్కటి జరిగింది. అయితే అదృష్టవశాత్తు శ్రీరఘుబాబుగారు పాండిచ్చేరిలో శ్రీ గోవిందదీక్షితులుగారు శ్రీపాద శ్రీవల్లభ

చరితామృతంలోని 2వ భాగంలోని కొన్ని భాగాలు చదివినప్పుడు రికార్డు చేయడం జరిగింది కదా. దానిని ఆయన సీడి రూపంలో నాకు పంపడం జరిగింది. కాని, మరి ఆయన ఏ కారణాలవల్లో ఈ సీడి ఎవ్వరికీ ఇవ్వవద్దు, ఇది బయటపెట్టవద్దు అని గట్టిగా చెప్పడంవల్ల మరి నేను కూడా దాన్ని అలాగే చాలాకాలం గుప్తంగా ఉంచాను.కాని చాలామంది దత్తబంధువులు "ఇటువంటి మహాగ్రంధాన్ని,ఆధ్యాత్మిక గ్రంధాన్ని, కొన్ని లక్షల జీవితాలనే మార్చినటువంటి అమృతమయమైన ఆ గ్రంధాన్ని బయట ప్రపంచానికి తీసుకొని వచ్చిన మహానుభావుడైన ఆ మల్లాది గోవిందదీక్షితులుగారి గురించి ఎవ్వరికీ ఏమి తెలియదు, తెలిసినవారేమో మాకు చెప్పడానికి ఏమాత్రం యిష్టపడటంలేదు. మీకు తెలుసు కాబట్టి మీరు యి విషయాలన్నీమాకు చెప్పడం బాగుంటుంది" అని నాతో అన్నారు. చాలాకాలం ఆలోచించాక నా దగ్గరున్న సీడిని కొంతమంది దత్తబంధువులకి

ఇవ్వడం జరిగింది.తర్వాత ఇంక దాన్ని దాచి ఉంచడం లాభం లేదు, ఆయన జీవించి ఉన్నప్పుడు ఆయనను చూడలేకపోయిన దత్తబంధువులు కనీసం ఆయన స్వరం విని సంతోషిస్తారు. దానికి ఉపోద్ఘాతంగా ఈ నాలుగు మాటలు మీ దత్తబంధువులందరికీ నేను చెప్తున్నాను. శ్రీ గోవిందదీక్షితులుగారి స్వరాన్ని వినండి, విని ఆనందించండి. రెండవ భాగంలో చాలా నూతనమైనటువంటి విషయాలు ఆయన చెప్పారు. ఆయన చెప్పిన విషయాలు ఖండఖండాలుగా, ముక్కలు ముక్కలుగా, అక్కడ అక్కడా కొంతమంది దత్తభక్తుల ద్వారా బయటకి వస్తున్నాయి. అయితే నేను చేసిన ఒక ప్రక్రియ ఏమిటంటే అలా బయటకి వచ్చిన ఆ ముక్కలన్నిటినీ ఒక చోట అనుసంధానం చేసి , దానికొక రూపాన్ని, ఆకారాన్ని కల్పించగలిగాను. అందుకని నాకు స్వర్గీయ శ్రీ గోవిందదీక్షితులిగారి మధ్య జరిగిన కొన్ని ఆధ్యాత్మికమైనటువంటి,జ్ఞానపరమైనటు వంటి మరియు శాస్త్రీయకరమైనటువంటి

విషయాలని కూడా వెబ్ సైట్ ద్వారా మీ అందరికీ తెలియచేయాలి అని కూడా నేను ఆలోచిస్తున్నాను. దానికి నాకు మీ అందరి ఆశీస్సులు, శుభాకాంక్షలు, అలాగే శ్రీపాదులవారి అనుగ్రహం, కరుణాకటాక్షము మరియూ స్వర్గీయ బ్రహ్మశ్రీ గోవింద దీక్షితులుగారి ఆశీస్సులు కూడా నాకు త్వరలోనే కలగాలని నేను మనసారా కోరుకుంటున్నాను. మరి ఈ సీడి నుంచి మీరందరూ ఆయన స్వరాన్ని విని ఆనందిస్తారని నేను కాంక్షిస్తున్నాను.ముఖ్యంగా రెండవ భాగంలో కొంత భాగమైన కణసిద్ధాంతం ,కణ్వమహర్షి సిద్ధాంతమూ వీటి గురించిన చాలా కఠినమైన మరియు తొందరగా అర్థం కాని విషయాలు ఎన్నో సరళమైనభాషలో అందరికీ, ఆయన అర్థమయ్యేటట్లుగా చెప్పారు. మీ అందరికి కూడా శ్రీపాదశ్రీవల్లభులవారి ఆశీస్సులు కలగాలని కోరుకుంటున్నాను.

బ్రహ్మశ్రీ గోవిందదీక్షితులు గారి ప్రసంగములో నుండి క్లుప్తముగా కొన్ని విషయాలు

ఈ ప్రసంగములో బ్రహ్మశ్రీ గోవిందదీక్షితులుగారు శ్రీపాదశ్రీవల్లభుల వారి చరితామృతము యొక్క రెండవ భాగము గురించి వివరించడమైనది.

చిత్ పవన బ్రాహ్మణ వంశములోని వారు అయిన పరశురాముని శిష్యులు 14 మంది యోగులు పరశురామదేశంలో నివసించేవారు. వారు "అలక్ నిరంజన్" అని ఉచ్చరించే వారు. వారు సంధ్య భాషలో మాట్లాడుకునేవారు. వారిలో ముగ్గురు యోగులు ఏకముఖినాధుడు, ద్విముఖినాధుడు, త్రి ముఖినాధుడు శంకరభట్టునికి కనపడినారు. ఏకముఖినాధుడు శంకరభట్టునితో ఈ విధముగా చెప్పెను.

1) శ్రీ గురుని చరిత్ర 18 ఖండములలో విభజించడమైనది. అందులో శ్రీపాదుని గురించి 6 ఖండములు, శ్రీ నృసింహ సరస్వతి గురించి 6 ఖండములు, శ్రీ స్వామి సమర్ధ గురించి 6 ఖండములుగా చెప్పబడినవి.

2) శ్రీ బాపనర్యులవారి కరస్పర్శతో వాటిలో మొట్టమొదటి భాగమయిన శ్రీపాదవల్లభ చరితామృతము
మినహాయించి మిగిలిన 17 ఖండములు సంధ్య భాషలో
మార్చబడినవి. అనగా మహాసరస్వతి చైతన్యము లోనికి
మార్చబడినవి. మల్లాది
వంశములోని 33వ
తరంలోని వారికి మాత్రమే వీటిని తర్జుమా చేసే శక్తి ఉండును.

3) శంకరభట్టు ఉడిపి క్షేత్రము వెళ్ళడానికి ఒక రహస్యం కలదు. ఆదివరాహమూర్తికి, భూదేవికి ఒక

అసురశక్తి జన్మించింది. అదే నరకాసురుడు, వాడే నరకుడు అనే ఖగోళముగా ఆవిర్భవించాడు. అది అనేక లక్షల సంవత్సరాలు అంతరిక్షంలో వుంది. ఉడిపి క్షేత్రం నుంచే శ్రీకృష్ణుడు తన సుదర్శన చక్రంతో ఆ ఖగోళాన్ని ముక్కలు ముక్కలుగా చేసాడు. ఆ సూక్ష్మశరీరము మానవాకారం ధరించి నరకాసురినిగా మారింది.

4) నారాయణుడిలోని 16 కళలు (స్పందనలు), 16000 మానవాకారాలు ధరించి రామావతారంలో మగవారిగా, కృష్ణావాతారంలో గోపికలుగా జన్మించాయి. భార్య అనగా భరింపబడునది.16 దివ్యస్పందనలను స్త్రీ స్వరూపం ధరింపచేసి ఆయన అధినంలో ఉంచుకున్నారు.

5) ప్రతి మానవుడు భూమికి వచ్చే ముందు స్పందనాత్మకమైన శక్తి స్వరూపంగా (శబ్ద స్వరూపంగా) ఉండవలసిందే.

మహాసరస్వతి యొక్క వీణనాదము యొక్క
అంతర్యమిదియే. బ్రహ్మశ్రుతులు,అపశ్రుతులు బట్టి మనిషి నొసట ప్రారబ్ధకర్మ లిఖించబడును.
వీణనాదము
మహాదానందకరముగా, ఆహ్లాదముగా
వాయించినపుడు
యోగ్యులు,ఆరోగ్యవంతులు జన్మించును.
వీణనాదము అపస్వరంతో,చికాకు
కలిగించినపుడు
అయోగ్యులు, అనారోగ్యంతో ఉన్నవాళ్లు
జన్మించును.

6) శబ్దచైతన్య
తరంగాలు సర్పాకృతిలో కదులును.
జ్యోతి స్వరూపములు, అలలు
కూడా సర్పాకృతిలో కదులును.
దీనినే కుండలినీ శక్తి అందురు.

7) శ్రీపాదులు మాత్రమే
బ్రహ్మ రాసిన తలరాత   మార్చగలరు,
కర్మధ్వంసము చేయగల సర్వసమర్థులు.

****

పరమార్థం

Author:
Sri Sairam Nanduri
Hyderabad – Telangana State - India

****

Coordinating Author:
Mantri Pragada Markandeyulu,
Plot No. 37, Anupuram,
ECIL Post, Hyderabad-500062
Telangana State-India
+91-9951038802
Email: mrkndyl@gmail.com

పరమార్ధం
AUTHOR
SAIRAM NANDURI
COORDINATING AUTHOR
MANTRI PRAGADA MARKANDEYULU